ഇന്ത്യ ഒറ്റനോട്ടത്തിൽ
ഭാഗം 2

india ottanottathil
bhagam 2

•

sunil c n
nandalal r
jaya thekkutt

•

first edition
october 2008

•

second edition
february 2013

•

typesetting and published
chintha publishers, thiruvananthapuram

•

•

cover
bloofish

•

വിതരണം

ദേശാഭിമാനി ബുക്ക് ഹൗസ്

H O തിരുവനന്തപുരം–695 035
www.chinthapublishers.com
chinthapublishers@gmail.com

ബ്രാഞ്ചുകൾ

ഹെഡ്ഡാഫീസ് ബ്രാഞ്ച് കുന്നുകുഴി • ഓവർബ്രിഡ്ജ് തിരുവനന്തപുരം • കെ എസ് ആർ ടി സി ബസ് സ്റ്റേഷൻ ആലപ്പുഴ • കെ എസ് ആർ ടി സി ബസ് സ്റ്റേഷൻ എറണാകുളം • മച്ചിങ്ങൽ ലെയ്ൻ തൃശൂർ • ഐ ജി റോഡ് കോഴിക്കോട് • കെ എസ് ആർ ടി സി ബസ് സ്റ്റേഷൻ കോഴിക്കോട് • എൻ ജി ഒ യൂണിയൻ ബിൽഡിങ് കണ്ണൂർ • സെൻട്രൽ ബസ് ടെർമിനൽ കോംപ്ലക്സ് താവക്കര കണ്ണൂർ

CR - VV.47 / 1229 / 3136

ഇന്ത്യ ഒറ്റനോട്ടത്തിൽ
ഭാഗം 2

സുനിൽ സി എൻ
നന്ദലാൽ ആർ
ജയ തെക്കൂട്ട്

ചിന്ത പബ്ലിഷേഴ്സ്
തിരുവനന്തപുരം-695 035

സുനിൽ സി എൻ

തൃശൂർ ജില്ലയിലെ കുന്നംകുളത്ത് 1977 മാർച്ച് 16 ന് ജനനം. ഇംഗ്ലീഷ് സാഹിത്യത്തിൽ ബിരുദാനന്തരബിരുദവും പത്ര പ്രവർത്തനത്തിൽ ബിരുദാനന്തരബിരുദ ഡിപ്ലോമയും. വിവിധ പ്രസിദ്ധീകരണ സ്ഥാപനങ്ങളുമായി ബന്ധപ്പെട്ട് പ്രവർത്തിച്ചു. ഇപ്പോൾ കോഴിക്കോട് സർവകലാശാലയിൽ അസിസ്റ്റന്റ്.

ഭാര്യ   : ജയ
വിലാസം   : ചെറുവത്തൂർ വീട്, കക്കാട്, കുന്നംകുളം
              തൃശൂർ–680503
e-mail   : cnsunilcn@rediffmail.com

നന്ദലാൽ ആർ

പയ്യന്നൂരിലെ അന്നൂരിൽ ജനനം 1980 മെയ് 27 ന്. പരി സ്ഥിതി–ജനകീയാരോഗ്യ മേഖലകളിൽ പ്രവർത്തിക്കുന്നു. കേരളീയം തൃശൂർ, തൃശൂർ കറന്റ് ബുക്സ് തുടങ്ങിയവ യുമായി ബന്ധപ്പെട്ട് പ്രവർത്തിച്ചിരുന്നു. നാല് വർഷ ത്തോളം കോട്ടയത്ത് ലേബർ ഇന്ത്യ വിദ്യാഭ്യാസ ഗവേഷ ണകേന്ദ്രത്തിന്റെ എഡിറ്റോറിയൽ വിഭാഗത്തിൽ പ്രവർ ത്തിച്ചു. ജനകീയ സിനിമകളുടെ പ്രചാരണവുമായി ബന്ധ പ്പെട്ട് ഓപ്പൺ ഫ്രെയിം എന്ന സംഘടനയിൽ പ്രവർത്തിച്ചു വരുന്നു.

വിലാസം   : ഇന്ദീവരം, അന്നൂർ, പയ്യന്നൂർ–670332
e-mail   : nanduannur@gmail.com

ജയ തെക്കൂട്ട്

തൃശൂർ ജില്ലയിലെ പുല്ലഴിയിൽ 1980 ജൂൺ 10ന് ജനിച്ചു. മലയാള സാഹിത്യത്തിൽ ബിരുദാനന്തരബിരുദവും അധ്യാപനബിരുദവും. പത്ര-പുസ്തകപ്രസാധനരംഗത്ത് ജോലി ചെയ്തു. ഇപ്പോൾ അധ്യാപിക.

ഭർത്താവ് : സുനിൽ
വിലാസം   : ചെറുവത്തൂർ ഹൗസ്, കക്കാട്,
              കുന്നംകുളം, തൃശൂർ–680503

ഉള്ളടക്കം

1

ചരിത്രം ഒരെത്തിനോട്ടം

ഇരുപതാം നൂറ്റാണ്ടിന്റെ ആദ്യഘട്ടംവരെ അജ്ഞാതമായിരുന്ന ഇന്ത്യയുടെ പൗരാണിക സംസ്കാരത്തിലേക്ക് വെളിച്ചം വീശുന്നതിന് സഹായകമായ ഉൽഖനനങ്ങൾ നടക്കുന്നത് 1920 കളിലാണ്. ഇക്കാലത്ത് പുരാവസ്തു ഗവേഷകർ സിന്ധുനദിയുടെ തീരത്തുള്ള ഹരപ്പ, മോഹൻ ജൊദാരോ എന്നീ സ്ഥലങ്ങളിൽ നടത്തിയ ഉൽഖനനങ്ങൾ നമ്മുടെ ചരി ത്രത്തിൽ പുതിയൊരു അധ്യായം തുറന്നു. അത് സിന്ധുനദീതട നാഗരി കതയെന്നും ഹരപ്പൻ നാഗരികതയെന്നുമൊക്കെ അറിയപ്പെട്ടു. ഇന്ത്യ യുടെ പ്രാചീന സംസ്കാരത്തെക്കുറിച്ചുള്ള നിരവധി തെളിവുകൾ ഇവിടെ നിന്നും ലഭിച്ചു. ഈ കണ്ടെത്തലുകൾക്ക് പിന്നിൽ പ്രവർത്തി ച്ചത് അലക്സാണ്ടർ കണ്ണിംഗ്ഹാം, മേജർ ക്ലാർക്ക്, ജോൺ മാർഷൽ, ദയാറാം സാഹ്നി, ആർ ഡി ബാനർജി തുടങ്ങിയ പ്രഗത്ഭരായിരുന്നു. മോഹൻജൊദാരോയ്ക്കും ഹരപ്പയ്ക്കും പുറമെ കാലിബംഗൻ, ലോത്തൽ, ബുക്ടഗെൻഡോർ, റുചാർ, ചാൽഹുദാരോ, കോട്ട് ദിജി, അലംഗിർപൂർ, ബുർക്കോട്ടട, ബൻവാലി, രംഗ്പൂർ എന്നിവിടങ്ങളിൽനി ന്നും ഈ സംസ്കാരത്തിന്റെ അവശിഷ്ട ങ്ങൾ കണ്ടെത്തിയിട്ടുണ്ട്. സംസ്കാര ത്തിന്റെ നല്ലൊരു ഭാഗവും ഇന്ന് പാകിസ്ഥാ നിലാണ് ഉൾപ്പെടുന്നത്.

സാമൂഹിക ജീവിതം

ബി സി 2500നും 1500നുമിടയിൽ നില നിന്നിരുന്ന ഈ നാഗരികതയിൽ കാർഷിക

അലക്സാണ്ടർ കണ്ണിംഗ്ഹാം

ജീവിതം നയിച്ചിരുന്ന ഒരു ജനവിഭാ
ഗമായിരുന്നു ഉണ്ടായിരുന്നത്. ഇരു
മ്പിന്റെ ഉപയോഗം ഇവർക്ക് അറിയു
മായിരുന്നില്ല. നദീതടങ്ങളിൽ പാടശേ
ഖരങ്ങളൊരുക്കി കൃഷിചെയ്തിരുന്ന
ഇവർ ഒഴുക്കു നിയന്ത്രിക്കാൻ അണ
ക്കെട്ടുകളും മറ്റും നിർമിച്ചിരുന്നു.
ഗോതമ്പ്, ബാർലി, പയർ, തിന,
കടുക് എന്നിവ പ്രധാനപ്പെട്ട വിളകളാ
യിരുന്നു. നിലമുഴുന്നതിന് കലപ്പ ഉപയോ
ഗിച്ചിരുന്ന ഇവർ പശു, എരുമ, ആട്, കാള,
പന്നി എന്നിവയെ വളർത്തിയിരുന്നു.

പശുപതി രൂപം

പ്രകൃതിയെ വിവിധ രൂപങ്ങളിൽ ആരാധിച്ചി
രുന്ന ഇവരുടെ മതപരമായ ജീവിതത്തിൽ മാതൃദേവതയ്ക്ക് (Mother
Goddess) പ്രാധാന്യം നൽകിയിരുന്നു. മാതൃദേവത കഴിഞ്ഞാൽ കൂടു
തൽ പ്രാധാന്യം നൽകിയിരുന്നത് പശുപതിക്ക് (ശിവൻ) ആയിരുന്നു.
അതോടൊപ്പംതന്നെ വിവിധതരത്തിലുള്ള മൃഗങ്ങളെയും അവർ ആരാ
ധിച്ചിരുന്നു. മോഹൻജൊദാരോയിലെ മഹാസ്നാനഘട്ടം (Great Bath),

സിന്ധുനദീതട നഗരാവശിഷ്ടങ്ങൾ

വിവിധ കളിമൺ സീലുകൾ എന്നിവയിൽനിന്ന് മതപരമായ ജീവിതത്തെ ക്കുറിച്ച് നമുക്ക് മനസ്സിലാക്കാം.

സമകാലിക സംസ്കാരങ്ങളുമായി വ്യാപാരബന്ധം പുലർത്തിയി രുന്ന സിന്ധുനദീതട നിവാസികൾ അളവുതൂക്ക നിയമങ്ങൾ കൃത്യമായി വികസിപ്പിച്ചെടുത്തിരുന്നു. പട്ടണസംസ്കാരവും അതിനനുസരിച്ചുള്ള ജീവിതചര്യയും ഉണ്ടായിരുന്ന ഇവിടെ ചിത്രലിപിയാണ് നിലനിന്നിരു ന്നതെന്ന് തെളിവുകൾ സൂചിപ്പിച്ചിരിക്കുന്നു.

നഗര നിർമ്മാണത്തിന് പ്രശസ്തമാണ് നമ്മുടെ സംസ്കാരം. പൊതു കാര്യാലയങ്ങൾ, ധാന്യപ്പുര, മതസ്ഥാനങ്ങൾ എന്നിവ നിർമ്മിച്ചിരുന്നു. ഉയർന്ന തറയിൽ നിർമ്മിച്ചിരുന്ന ഉപരിഭാഗം ദുർഗം എന്നാണറിയപ്പെട്ടി രുന്നത്. ഒരു കോട്ടയാൽ സംരക്ഷിതമായിരുന്നു മോഹൻജൊദാരോ. മോഹൻജൊദാരോയിലെ ഗൃഹനിർമ്മിതി തികച്ചും ആസൂത്രിതമായി രുന്നു. തെരുവീഥികൾ ഋജുവും മറ്റൊന്നിന് ലംബവുമായിരുന്നു. ചുടു കട്ടകൾ ഉപയോഗിച്ച് വീടുകളും മലിനജലം ഒഴുകിപ്പോകുന്നതിനായി ഓടകളും നിർമ്മിച്ചിരുന്നു. ഓരോ ഗൃഹത്തിനും സ്വന്തമായി കിണറും കുളിപ്പുരകളും ഉണ്ടായിരുന്നു.

സംസ്കാരത്തിന്റെ പതനം

ഹരപ്പൻ സംസ്കാരം ഏകദേശം ആയിരം വർഷത്തോളം നിലനി ന്നുവെന്നു കണക്കാക്കപ്പെടുന്നു. സംസ്കാരത്തിന്റെ അധഃപതനത്തിന് നിരവധി കാരണങ്ങൾ ചൂണ്ടിക്കാട്ടുന്നുണ്ട്. തുടരെത്തുടരെയുള്ള വെള്ളപ്പൊക്കംകൊണ്ടോ അതുമല്ലെങ്കിൽ പകർച്ചവ്യാധിമൂലമോ ജന ങ്ങൾ മരണപ്പെടുകയും സംസ്കാരം ഇല്ലാതാകുകയും ചെയ്തിരിക്കാം. അതുമല്ലെങ്കിൽ കാലാവസ്ഥയിൽ വന്ന വൻവ്യതിയാനം ഈ ഭാഗം ഒരു മരുഭൂമിയായിത്തീരുന്നതിന് കാരണമായിട്ടുണ്ടാകാം. ഒരുപക്ഷേ, നദി ഗതി മാറിയൊഴുകി ഈ സംസ്കാരത്തെ നശിപ്പിച്ചിട്ടുണ്ടാകാം. ആര്യൻമാരുടെ അധിനിവേശമാണ് മറ്റൊരു കാരണമായി ചൂണ്ടിക്കാട്ടുന്നത്. അവരുടെ ആക്രമണങ്ങളെ തടയാൻ കഴിയാതെ ഹരപ്പൻജനത നശിച്ചു പോയിട്ടു ണ്ടാകാം.

ആര്യൻമാരുടെ വരവ്: ഇന്ത്യാചരിത്രത്തിന്റെ ഗതിവിഗതികളിലെ ഒരു വഴിത്തിരിവായിരുന്നു ആര്യൻ അധിനിവേശം. വടക്കുകിഴക്കൻ ഇറാ നിൽനിന്നും കാസ്പിയൻ കടലിനു ചുറ്റുമുള്ള പ്രദേശത്തുനിന്നും ആയി രിക്കാം ബി സി ആയിരത്തി അഞ്ഞൂറോടെ അവർ ഇവിടെ എത്തിയ തെന്നു കരുതുന്നു. ഇന്തോ–ആര്യന്മാർ എന്നറിയപ്പെട്ട ഇവർ ഇന്ത്യയിൽ ആദ്യം വാസമുറപ്പിച്ചത് പഞ്ചാബിലായിരുന്നു. പിന്നീട് ഗംഗാതാഴ്വരയി ലേക്കു മാറിയ ഇവർ ഇരുമ്പ് ഉപയോഗിക്കുന്നതിനും കുതിരയെ മെരു ക്കുന്നതിനും തെളിവുകളുണ്ട്. നാടോടികളായ ഇടയന്മാരായാണ് അവർ ഇവിടെയെത്തിയത്. കൃഷിയും കന്നുകാലി മേയ്ക്കലുമായിരുന്നു അവ രുടെ പ്രധാന ജോലി.

തെളിവുകൾ : ആര്യന്മാർ രചിച്ച സ്തോത്രഗീതങ്ങളിൽ നിന്നും കഥകളിൽ നിന്നും കവിതകളിൽ നിന്നുമൊക്കെയാണ് നാം അവരെക്കു റിച്ച് മനസ്സിലാക്കുന്നത്. അതോടൊപ്പം തന്നെ ഹസ്തിനപുരം, അത്രാൽജിഖേര (പടിഞ്ഞാറൻ ഉത്തർപ്രദേശ്) എന്നിവിടങ്ങളിൽ നിന്നുള്ള ഖനനങ്ങളും ചില തെളിവുകൾ നൽകുന്നു. അവരുടെ ആരാ ധനാമൂർത്തിക്കുവേണ്ടി രചിച്ച *ഋഗ്വേദം, യജുർവേദം, സാമവേദം, അഥർവ്വവേദം* തുടങ്ങിയ കൃതികളിൽ നിന്ന് ആര്യന്മാരുടെ മതാചാര ങ്ങൾ, ജോലി, ആരാധന എന്നിവയെക്കുറിച്ചറിയാൻ സാധിക്കും. ആര്യ ന്മാർ തങ്ങളുടെ വീരന്മാരുടെയും രാജാക്കന്മാരുടെയും വീരേതിഹാസ ങ്ങൾ ഗാനങ്ങളിലൂടെ ആവിഷ്കരിക്കുകയും ഇവ പിന്നീട് ശേഖരിച്ച് *രാമാ യണം, മഹാഭാരതം* എന്നീ ഇതിഹാസങ്ങളായി പുറത്തുവരികയും ചെയ്തു.

രാഷ്ട്രീയം : ആര്യന്മാർ ഗോത്രങ്ങളായി വിഭജിക്കപ്പെട്ടിരുന്നു. കന്നു കാലികൾക്കും പാടങ്ങൾക്കും വേണ്ടി പടപൊരുതിയിരുന്ന ഇത്തരം ഗോത്രങ്ങൾക്ക് ഓരോ രാജാവ് അഥവാ അധിപതി ഉണ്ടായിരുന്നു. പിന്നീട് രാജത്വം പരമ്പരാഗതമായി. ഗോത്രങ്ങളുടെ അഭിലാഷങ്ങൾക്കനുസരിച്ച് ഭരണം നടത്തിയ രാജാവിനെ സഹായിക്കാൻ സേനാനിയും പുരോഹി തനും ഉണ്ടായിരുന്നു. സഭ, സമിതി എന്നീ അസംബ്ളികൾ നിലനിന്നി രുന്നു. ഗ്രാമണിയായിരുന്നു ഗ്രാമത്തലവൻ. ഗ്രാമങ്ങളുടെ കൂട്ടം 'വിശ്' എന്നും ഗോത്രത്തിലെ ആളുകൾ 'ജനം' എന്നുമാണ് അറിയപ്പെട്ടിരു ന്നത്.

സാമൂഹിക ജീവിതം : താരതമ്യേന വെളുത്തനിറമുള്ളവരും ഉയരം കൂടിയവരുമായ ആര്യന്മാർ ഇന്ത്യയിലുണ്ടായിരുന്ന തദ്ദേശവാസികളെ ദസ്യുക്കൾ (ദാസന്മാർ) എന്നാണ് വിളിച്ചിരുന്നത്. ഇരുണ്ട തൊലിയും പരന്ന മൂക്കുമുള്ള ദസ്യുക്കളെ അവർ ഹീനന്മാരായാണ് കണക്കാക്കി യിരുന്നത്. സംസ്കൃത ഭാഷ സംസാരിച്ചിരുന്ന ആര്യന്മാർ സമൂഹത്തെ തൊഴിലിന്റെ അടിസ്ഥാനത്തിൽ ബ്രാഹ്മണർ (പുരോഹിതന്മാർ), ക്ഷത്രി യർ (ഭരണകർത്താക്കൾ), വൈശ്യർ (വ്യാപാരികൾ), ശൂദ്രർ (അടിയാള ന്മാർ) എന്നിങ്ങനെ നാലു ജാതികളായി തരംതിരിച്ചിരുന്നു.

സൂര്യൻ, നക്ഷത്രങ്ങൾ, കാറ്റ്, ചന്ദ്രൻ, ഭൂമി, ആകാശം, മരങ്ങൾ തുടങ്ങിയ പ്രകൃതിശക്തികളെയെല്ലാം അവർ ആരാധിച്ചുപോന്നു. ഇന്ദ്രനും വരുണനും അഗ്നിയും ഉഷസ്സുമൊക്കെ ആരാധനാമൂർത്തിക ളായിരുന്നു. യാഗങ്ങളും യജ്ഞങ്ങളും മതജീവിതത്തിന്റെ പ്രധാന ഭാഗ ങ്ങളായിരുന്നു. പുരോഹിതൻ ദൈവത്തിനും മനുഷ്യനുമിടയിലെ പ്രധാന കണ്ണിയായി വർത്തിച്ചു. ജീവിതത്തിന്റെ അർത്ഥം തേടിയുള്ള, തത്ത്വചി ന്തകരുടെ അന്വേഷണങ്ങളും ചർച്ചകളും കൂടുതൽ സജീവമായി. ഇത്തരം അന്വേഷണങ്ങൾ ശിഷ്യന്മാർ എഴുതിവയ്ക്കുകയും അവ വേദ ങ്ങളുടെ ഭാഗമായി ഉപനിഷത്തുകളായി മാറുകയും ചെയ്തു.

പാൽ, പഴം, പച്ചക്കറികൾ, വെണ്ണ, നെയ്യ്, മാംസം എന്നിവ ഉപയോ ഗിച്ചിരുന്ന ആര്യന്മാർ 'മധു', 'സുര' എന്നീ ലഹരിപാനീയങ്ങളും ഉപയോ ഗിച്ചിരുന്നു. യാഗസ്ഥലങ്ങളിൽ മാത്രം ഉപയോഗിച്ചിരുന്ന പാനീയമായി രുന്നു 'സോമ'. ജീവിതത്തിൽ ആസക്തി ഉണ്ടായിരുന്ന ആര്യൻജനത നൃത്തം, സംഗീതം മുതലായ കലകൾ ആസ്വദിച്ചിരുന്നു. ചൂതുകളി അവ രുടെ പ്രധാന വിനോദമായിരുന്നു.

റിപ്പബ്ലിക്കുകളുടെ ആവിർഭാവം

ബി സി അറുനൂറോടെ ആര്യന്മാർ ഗംഗാതാഴ്വരയിലും അയൽപ്ര ദേശങ്ങളിലും തങ്ങളുടെ ആധിപത്യം വ്യാപിപ്പിച്ചു. പഴയ ഗോത്രസം ഘടനകളുടെ സ്ഥാനത്ത് രാജ്യങ്ങളും റിപ്പബ്ലിക്കുകളും ഉദയം ചെയ്തു. വടക്കൻ ബീഹാറിൽ ശാക്യരും ലിച്ഛാവികളും തങ്ങളുടെ റിപ്പബ്ലിക്കു കൾ സ്ഥാപിച്ചു. കോസലം, മഗധം, വത്സം, അവന്തി എന്നിവ ഉൾപ്പെടെ പതിനാറ് ജനപദങ്ങളാണ് ഇങ്ങനെ രൂപംകൊണ്ടത്. ആധിപത്യത്തിനു വേണ്ടിയുള്ള ഇവരുടെ യുദ്ധത്തിൽ വിജയംവരിച്ചത് മഗധയായിരുന്നു.

മഗധ : ബി സി 542 ൽ മഗധയിലെ രാജാവായ ബിംബിസാരനാണ് മഗധയെ ശക്തമായ രാജ്യമാക്കിയത്. വൻതോതിൽ ഇരുമ്പയിര് നിക്ഷേ പമുണ്ടായിരുന്ന ഒരു പ്രദേശമായിരുന്നു മഗധ. അതുകൊണ്ടുതന്നെ ഇരു മ്പിന്റെ ഉൽപ്പാദനവും വൻതോതിൽ നടന്നിരുന്നു. ഇതായിരുന്നു മഗധ യുടെ സമ്പത്തിന്റെ പ്രധാന കാതൽ. ബിംബിസാരനെ കൊലപ്പെടുത്തി യശേഷം അധികാരത്തിലെത്തിയ അദ്ദേഹത്തിന്റെ പുത്രനായ അജാത ശത്രു രാജ്യത്തെ ശക്തിപ്പെടുത്തി.

സാമൂഹ്യജീവിതം : സാധാരണ ജനങ്ങളിൽ അധികം പേരും ഗ്രാമ ങ്ങളിലാണ് ജീവിച്ചിരുന്നത്. ഓരോ ഗ്രാമത്തിനും ഗ്രാമത്തലവൻ ഉണ്ടാ യിരുന്നു. രാജാവിന് സ്വന്തമായി ചില ഗ്രാമങ്ങളും ഭൂമിയും ഉണ്ടായിരു ന്നു. ഈ ഭൂമിയിൽ കൂലിക്ക് ജോലിക്കാർ കൃഷി ചെയ്തിരുന്നു. സാധന ങ്ങൾ ഉൽപ്പാദിപ്പിച്ചിരുന്ന എല്ലാവരും രാജാവിന് നികുതി കൊടുത്തിരു ന്നു. സാധാരണ ഉൽപ്പന്നങ്ങളുടെ ആറിലൊന്ന് എന്നതായിരുന്നു നികുതി യുടെ അനുപാതം.

ഇക്കാലത്ത് കൈത്തൊഴിൽകാരും വ്യാപാരികളും ശ്രേണി അഥവാ ഗിൽഡ് എന്നറിയപ്പെട്ടിരുന്ന ഗ്രൂപ്പുകളായി സംഘടിപ്പിക്കപ്പെട്ടിരുന്നു. പട്ട ണങ്ങളുടെ വളർച്ച ഇക്കാലഘട്ടത്തിന്റെ പ്രധാന സവിശേഷതയായിരു ന്നു. കൈത്തൊഴിൽ കേന്ദ്രങ്ങൾ, വ്യാപാരകേന്ദ്രങ്ങൾ, രാജ്യങ്ങളുടെ തല സ്ഥാനം എന്നിവയ്ക്കു ചുറ്റുമായാണ് പട്ടണങ്ങൾ വളർന്നുവന്നത്. നാണയം കണ്ടുപിടിച്ചതോടെ വ്യാപാരത്തിലെ ബുദ്ധിമുട്ടുകൾ ഒഴിവാ ക്കപ്പെടുകയും പണ ഉപയോഗം വർദ്ധിക്കുകയും ചെയ്തു.

ഇക്കാലത്ത് ജാതിസമ്പ്രദായം കൂടുതൽ ശക്തമായി. കൈത്തൊ

ഗിലുകാർ ഒരു ജാതിയായി മാറി. നാല് വിഭാഗത്തിലുള്ള ജാതികൾക്കു പുറമെ ഉപജാതികളും ഉണ്ടായി. താണജാതിക്കാരോടുള്ള പെരുമാറ്റം ഏറ്റവും ഹീനമായ രീതിയിലുള്ളതായിരുന്നു. ജീവിതത്തെ നാലുഘട്ട ങ്ങളായി തിരിച്ചു. ബ്രഹ്മചര്യം, ഗൃഹസ്ഥം, വാനപ്രസ്ഥം, സന്യാസം എന്നിവയാണവ. സമൂഹത്തെ സംബന്ധിച്ചിടത്തോളം നല്ലൊരു ആദർശ മായിരുന്നു ഇതെങ്കിലും എത്രത്തോളം പേർ ഇത് അനുഷ്ഠിച്ചിരുന്നു എന്ന കാര്യത്തിൽ സംശയം നിലനിൽക്കുന്നു.

മതങ്ങളുടെ ഉദയം

വേദകാലമതം ധാരാളം ആചാരങ്ങളും യാഗങ്ങളും യജ്ഞങ്ങളും കൊണ്ട് നിറയുകയും സാധാരണക്കാർക്ക് അപ്രാപ്യമായിത്തീരുകയും ചെയ്തു. ഇതെത്തുടർന്ന് നിരവധിപ്പേർ ആചാരവിശ്വാസങ്ങളെ ചോദ്യം ചെയ്തുതുടങ്ങി. ഇങ്ങനെ ഇക്കാലത്ത് രൂപം കൊണ്ട രണ്ടു മതങ്ങളാ യിരുന്നു ജൈനമതവും ബുദ്ധമതവും. ലിച്ഛാവി, ശാക്യർ എന്നീ ഗോത്ര ങ്ങളിൽപ്പെട്ട മഹാവീരനും ഗൗതമബുദ്ധനുമായിരുന്നു യഥാക്രമം ഈ മതങ്ങളുടെ സ്ഥാപകർ.

ജൈനമതം: ബി സി ആറാം നൂറ്റാണ്ടിൽ വൈശാലി നഗരത്തിൽ ജനിച്ച മഹാവീരനാണ് (540–467) ജൈനമതത്തിന്റെ പ്രധാന പ്രയോ ക്താവ്. ജൈനമതത്തിന്റെ ഇരുപത്തിനാലാമത്തെ തീർത്ഥങ്കരനാണ് മഹാ വീരൻ. വേദമതാചാരങ്ങൾ അനുഷ്ഠിക്കുന്നതുകൊണ്ടും ദൈവവിശ്വാ സംകൊണ്ടും പ്രയോജനമില്ലെന്ന് ഉദ്ഘോഷിച്ച അദ്ദേഹം നല്ല ജീവിതം നയിക്കുകയും തെറ്റ് ചെയ്യാതിരിക്കുകയും ചെയ്യുന്നതാണ് നല്ലതെന്നു വിശ്വസിച്ചു. "ശരിയായ വിശ്വാസം, ശരിയായ അറിവ്, ശരിയായ പ്രവൃ ത്തി"– ത്രിരത്നങ്ങൾ–എന്നിവയുടെ അടിസ്ഥാനത്തിലായിരിക്കണം ജീവി തമെന്ന് അദ്ദേഹം അനുയായികളെ ഉദ്ബോധിപ്പിച്ചു. 'അഹിംസ' ജീവി തത്തിന്റെ ഭാഗമാക്കിമാറ്റിയ അദ്ദേഹം സാധാരണ ജനങ്ങളുടെ നാട്ടുഭാ ഷയാണ് സംവദിക്കാൻ ഉപയോഗിച്ചത്. സംസ്കൃതം അന്ന് വരേണ്യവർഗ്ഗ ത്തിന്റെ ഭാഷയായിരുന്നു.

ബുദ്ധമതം: ശാക്യഗോത്രത്തിൽപ്പെട്ട സിദ്ധാർത്ഥൻ (563–483) എന്ന രാജകുമാര നാണ് ബുദ്ധനായി മാറിയതും ബുദ്ധമതം സ്ഥാപിച്ചതും. കപിലവസ്തുവിലെ ലുംബി നിയിൽ ജനിച്ച അദ്ദേഹത്തിന് നീണ്ട കാലത്തെ സന്യാസജീവിതത്തിനുശേഷ മാണ് 'ബോധോദയം' ലഭിച്ചത്.

ലോകം യാതനകൾ കൊണ്ടു നിറ ഞ്ഞതാണെന്നും അതിനുകാരണം ലൗകിക കാര്യങ്ങളിലുള്ള ആഗ്രഹമാ ണെന്നും മോക്ഷം ലഭിക്കുന്നതിന്

ആഗ്രഹങ്ങൾ ഉപേക്ഷിക്കണമെന്നും അദ്ദേഹം ഉപദേശിച്ചു. ധാർമിക ജീവിതത്തിലേക്കു നയിക്കുന്ന എട്ടുതരം പ്രവൃത്തിയും ചിന്തയും പിൻതുടർന്ന് മനുഷ്യന് ആഗ്രഹങ്ങളിൽ നിന്ന് മുക്തി നേടാമെന്ന് അദ്ദേഹം കണ്ടെത്തി. അവയാണ് അഷ്ടാംഗമാർഗ്ഗങ്ങൾ എന്നറിയപ്പെടുന്നത്. ജീവിതത്തിൽ അഹിംസ പാലിക്കാൻ ആവശ്യപ്പെട്ട അദ്ദേഹം മനസ്സിനെ ശുദ്ധീകരിക്കാനും 'നിർവ്വാണം' പ്രാപിക്കാനും ജനങ്ങളെ ഉപദേശിച്ചു.

മൗര്യന്മാർ

ബി സി നാലാം നൂറ്റാണ്ടിൽ മഗധ ഭരിച്ചിരുന്ന നന്ദരാജവംശത്തെ പുറത്താക്കിക്കൊണ്ടാണ് മൗര്യരാജവംശം അധികാരത്തിലെത്തുന്നത്. മൗര്യരാജ്യവംശസ്ഥാപകനായ ചന്ദ്രഗുപ്തമൗര്യനെ (322–298) അതിനു സഹായിച്ചത് ചാണക്യൻ (കൗടില്യൻ) എന്ന ബ്രാഹ്മണനായ മന്ത്രിയായിരുന്നു. മഗധയിൽ അധികാരം പിടിച്ച ചന്ദ്രഗുപ്തമൗര്യൻ ക്രമേണ പഞ്ചാബിലേക്കു തിരിഞ്ഞു. ബി സി 326 ൽ അലക്സാണ്ടർ പഞ്ചാബ് പിടിച്ചെടുത്തിരുന്നു. എന്നാൽ ബി സി 323 ൽ അദ്ദേഹം മരിച്ചതോടെ ഗ്രീക്കുഗവർണർമാരായിരുന്നു അവിടെ ഭരണം നടത്തിയിരുന്നത്. ഈ

ജനങ്ങൾക്കിടയിലേക്ക്

ജൈന–ബുദ്ധമതങ്ങൾക്ക് സാമാന്യജനങ്ങൾക്കിടയിൽ വൻ സ്വാധീനമാണുണ്ടായിരുന്നത്. കൈത്തൊഴിൽകാർ, വ്യാപാരികൾ, കർഷകർ, താണ ജാതിയിലുള്ളവർ തുടങ്ങിയവർ ഈ മതങ്ങളോടൊപ്പം നിന്നു. ഈ മതങ്ങളുടെ അനുഷ്ഠാനങ്ങളിൽ സങ്കീർണ്ണതകൾ ഇല്ലാതിരുന്നതും വരേണ്യവർഗ്ഗത്തിന്റെ സ്വാധീനം ഇല്ലാതിരുന്നതുമാണ് ഇതിനുള്ള പ്രധാനകാരണം. ഇരുമതങ്ങളും സാധാരണക്കാരുടെ ഭാഷകളാണ് ഉപയോഗിച്ചിരുന്നത്. അതുകൊണ്ടുതന്നെ വ്യാപാരികൾ വഴിയും മറ്റും ഈ മതങ്ങൾ മറ്റ് രാജ്യങ്ങളിലേക്കുപോലും വ്യാപിച്ചു. മധ്യഏഷ്യ, ചൈന, ടിബറ്റ്, ദക്ഷിണപൂർവ്വേഷ്യ എന്നിവിടങ്ങളിൽ ബുദ്ധമതത്തിനുണ്ടായ പ്രചാരം ഇതിനുദാഹരണമാണ്. രണ്ടു മതങ്ങളും ലോകത്തിനു നൽകിയ ഏറ്റവും വലിയ സംഭാവന അഹിംസയായിരുന്നു.

സുനിൽ സി എൻ, നന്ദലാൽ ആർ, ജയ തെക്കൂട്ട്

പ്രദേശങ്ങൾ ചന്ദ്രഗുപ്തൻ കീഴടക്കി. ബി സി മൂന്നൂറ്റി അഞ്ചോടെ ഗ്രീക്കു ഗവർണറായ സെലൂക്കസ് നിക്കേറ്ററെ പരാജയപ്പെടുത്തി അഫ്ഗാനി സ്ഥാൻ വരെയുള്ള പ്രദേശങ്ങൾ കീഴടക്കി. ചന്ദ്രഗുപ്തനുശേഷം അധി കാരത്തിലെത്തിയത് ബിന്ദുസാരൻ ആയിരുന്നു. ഇദ്ദേഹത്തിന്റെ പുത്ര നായ അശോകൻ ആയിരുന്നു ഈ വംശത്തിലെ ഏറ്റവും പ്രധാന ഭര ണാധികാരി.

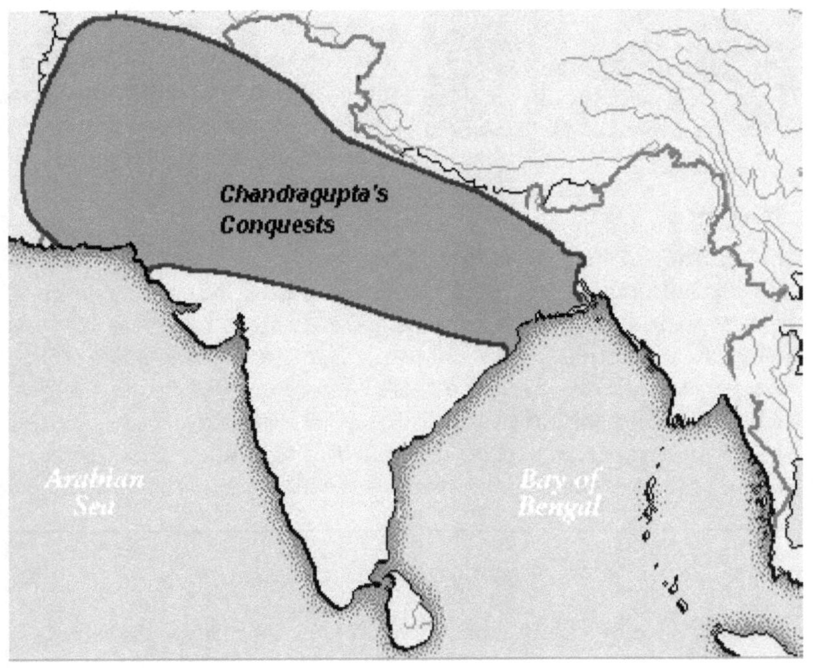

ചന്ദ്രഗുപ്തമൗര്യന്റെ രാജ്യം

അശോകൻ: ബി സി 271 ൽ അധികാരത്തിലെത്തിയ അശോകനെ ക്കുറിച്ചുള്ള വിവരണങ്ങളിൽ അദ്ദേഹത്തെ 'ദേവാനം പ്രിയദർശി' എന്നാണ് സൂചിപ്പിച്ചിട്ടുള്ളത്. ബി സി 263 ൽ കലിംഗവുമായി യുദ്ധത്തി ലേർപ്പെട്ട അദ്ദേഹം പിന്നീട് ബുദ്ധമതം സ്വീകരിച്ചു. നിരവധി ശാസന ങ്ങളിലൂടെ അദ്ദേഹം തന്റെ ചിന്തകൾ ജനങ്ങളിലെത്തിച്ചു. മനുഷ്യനെ സമാധാനപാലകരും ധാർമികരുമാക്കാൻ ശ്രമിച്ച അദ്ദേഹം തന്റെ ആശ യങ്ങളെ 'ധർമ്മം' എന്നുവിളിച്ചു. സാധാരണ ജനങ്ങൾക്കുവേണ്ടി 'ബ്രാഹ്മി' 'പ്രാകൃതം' എന്നീ ഭാഷകളാണ് അദ്ദേഹം ഉപയോഗിച്ചിരുന്ന ത്. തന്റെ ശാസനങ്ങളിലൂടെ സമാധാനവും സഹിഷ്ണുതയും പങ്കു

വെച്ച അദ്ദേഹം ജനങ്ങൾ തമ്മിലും മതങ്ങൾ തമ്മിലും സ്നേഹവും ഐക്യവും ഉണ്ടായിരിക്കണമെന്ന് ഉപദേശിച്ചു. മതപരമായ യാഗ ങ്ങൾക്കും മറ്റും മൃഗങ്ങളെ കൊല്ലുന്നത് അദ്ദേഹം നിരോധിച്ചു. തന്റെ 'ധർമ്മം' പ്രചരിപ്പിക്കുന്നതിനായി 'ധർമ്മമഹാമാത്രന്മാർ' എന്നൊരു വിഭാ ഗത്തെതന്നെ നിയമിച്ചു.

അശോകന്റെ കാലത്തെക്കുറിച്ചുള്ള പ്രധാന വിവരങ്ങൾ നമുക്ക് ലഭിക്കുന്നത് കൗടില്യന്റെ *അർത്ഥശാസ്ത്രം*, മെഗസ്ത നീസിന്റെ *ഇൻഡിക്ക* എന്നീ കൃതികളിൽ നിന്നാണ്. പാടലീപുത്രം (പാറ്റ്ന) ആസ്ഥാനമാക്കി ഭരണം നടത്തിയിരുന്ന അശോകന്റെ സാമ്രാജ്യം വിവിധ ജില്ലക ളായി വിഭജിക്കപ്പെട്ടിരുന്നതായി കാണാം. ഓരോ ഗ്രാമത്തിനും സ്വന്തമായി ഓരോ ഉദ്യോഗസ്ഥൻ ഉണ്ടായിരുന്നു. ഭരണപരമായ ജോലികൾ പല വകുപ്പുകളായി വിഭജിച്ചിരു ന്നു. റോഡുകൾ, പാലങ്ങൾ, മൃഗാശുപത്രി കൾ എന്നിവ നിർമ്മിക്കുകയും തണൽമരങ്ങൾ

അശോകന്റേതെന്ന് കരുതപ്പെടുന്ന നാണയം

വച്ചുപിടിപ്പിക്കുകയും ചെയ്തിരുന്നു. നികുതി കൃത്യമായി പിരിച്ചെടുത്തി രുന്നു.

പാടലീപുത്രത്തിലെ പുരാവസ്തുഖനനം

ഭൂരിഭാഗം ജന ങ്ങളും കൃഷിക്കാരായി രുന്നു. തയ്യൽക്കാർ, ആശാരിമാർ, കൊല്ല ന്മാർ തുടങ്ങിയ കൈ ത്തൊഴിലാളികൾ പട്ട ണങ്ങളിൽ താമസിക്കു കയും അവരിലൊരു വിഭാഗം രാജാവിനു വേണ്ടി പണിയെടുക്കു കയും ചെയ്തുപോ ന്നു. വ്യാപാരവും വാ ണിജ്യവും വൻതോ തിൽ വികസിച്ചിരുന്നു. ബ്രാഹ്മണരെയും ബുദ്ധ-ജൈനമത സന്യാസി മാരെയും നികുതിയിൽ നിന്ന് ഒഴിവാക്കിയിരുന്നു. കോട്ടകൊത്തളങ്ങളാൽ ചുറ്റപ്പെട്ട ഒരു മനോഹരമായ നഗരമായിരുന്നു പാടലീപുത്രം. പ്രജക ളുടെ പ്രശ്നങ്ങൾ മനസിലാക്കുന്നതിൽ രാജാവ് പ്രത്യേക ശ്രദ്ധ ചെലു ത്തിയിരുന്നു. രാജശാസനങ്ങൾ കൊത്തിവച്ചിട്ടുള്ള ഫലകങ്ങളിൽ ഈ

കാലഘട്ടത്തിന്റെ ശില്പകലാബോധം കാണാം. പാറകളിലും ഉയരമുള്ള സ്തംഭങ്ങളിലുമാണ് അശോകൻ തന്റെ ശാസനങ്ങൾ കൊത്തിവച്ചിരു ന്നത്. ഇതിന് ഏറ്റവും നല്ല ഉദാഹരണമാണ് സാരനാഥിലെ അശോക സ്തംഭം. 1947 ൽ ഇന്ത്യ സ്വതന്ത്രയായപ്പോൾ നാം ഇത് ഔദ്യോഗികമു ദ്രയാക്കി.

മൗര്യസാമ്രാജ്യത്തിന്റെ പതനം: നൂറിലേറെ വർഷം സുസ്ഥിരമായി നിലനിന്ന മൗര്യസാമ്രാജ്യം അശോകന്റെ മരണത്തോടെ ക്ഷയിക്കാൻ തുടങ്ങി. അശോകന്റെ പിൻഗാമികളിൽ പലരും കാര്യപ്രാപ്തി ഉള്ളവ രായിരുന്നില്ല. ഭരണച്ചെലവുകൾ താങ്ങാൻ കഴിയാതെ വന്നതും രാജ്യ ത്തിന്റെ വിവിധ മേഖലകളെ ഏകോപിപ്പിച്ച് കൊണ്ടുപോകാൻ സാധി ക്കാത്തതും പരാജയകാരണങ്ങളാണ്. ബി സി 185 ൽ മഗധയിലെ അവ സാനത്തെ മൗര്യരാജാവായിരുന്ന ബൃഹദ്രഥനെ വധിച്ച് പുഷ്യമിത്രസും ഗൻ സുംഗരാജവംശം സ്ഥാപിച്ചു.

മൗര്യാനന്തരകാല രാഷ്ട്രീയവും സമൂഹവും

മൗര്യസാമ്രാജ്യത്തിന്റെ അധഃപതനത്തിനുശേഷമുള്ള കുറച്ചുകാലം രാഷ്ട്രീയ അനിശ്ചിതത്വത്തിന്റെയും ശക്തിക്ഷയത്തിന്റെയും കാലമാ യിരുന്നു. ഇത് ധാരാളം ചെറുരാജ്യങ്ങളുടെ പിറവിക്ക് കാരണമായി. ഈ കാലഘട്ടത്തിൽ ഇന്ത്യയുടെ വടക്കുപടിഞ്ഞാറൻ പ്രദേശങ്ങൾ വിദേശ ആക്രമണകാരികളായ ഇന്തോ–ഗ്രീക്കുകാരുടെയും ശാകൻമാരുടെയും കുശാനന്മാരുടെയും നിയന്ത്രണത്തിലായി. ഉത്തരേന്ത്യയിൽ സുംഗൻ മാർക്കുശേഷം കണ്വൻമാർ ബി സി എഴുപത്തിമൂന്നോടെ അധികാരത്തി ലെത്തി. ഡക്കാനിലും മധ്യേന്ത്യയിലും ആധിപത്യം സ്ഥാപിച്ചത് ശത വാഹനൻമാർ ആയിരുന്നു.

സുംഗരാജവംശം: ബി സി 185 ൽ അധികാരത്തിലെത്തിയ പുഷ്യ മിത്രസുംഗനാണ് ഈ രാജവംശത്തിന്റെ സ്ഥാപകൻ. ബുദ്ധമതഗ്രന്ഥ ങ്ങൾ എല്ലാം തന്നെ ഇദ്ദേഹത്തെ ബുദ്ധമതധ്വംസകൻ എന്ന നിലയി ലാണ് വിശേഷിപ്പിച്ചിട്ടുള്ളത്. ഇദ്ദേഹത്തെ പിൻതുടർന്ന് വന്നത് മകനായ അഗ്നിമിത്രൻ ആയിരുന്നു. ബ്രാഹ്മണമതത്തിന് പ്രാധാന്യം കൈവന്ന ഇവരുടെ കാലത്ത് ജാതിസമ്പ്രദായം കൂടുതൽ കർക്കശമായി.

കണ്വരാജവംശം : സുംഗരാജവംശത്തെ തുടർന്ന് കണ്വൻമാർ അധി കാരത്തിൽ വന്നു. വസുദേവകണ്വനാണ് സാമ്രാജ്യസ്ഥാപകൻ. ബി സി 72 മുതൽ 63 വരെയാണ് അദ്ദേഹത്തിന്റെ ഭരണകാലം. തുടർന്ന് പുത്ര നായ ഭൂമിമിത്രൻ അധികാരത്തിലേറി. പ്രധാനമായും മഗധ കേന്ദ്രമാ ക്കിയാണ് ഇവർ ഭരണം നടത്തിയിരുന്നത്.

ശതവാഹന രാജവംശം: കണ്വൻമാരെ പരാജയപ്പെടുത്തി അധി കാരത്തിൽ വന്ന ഈ രാജവംശത്തിന്റെ സ്ഥാപകൻ ശിമുഖൻ ആയിരു ന്നു. 'വിദിശ' കേന്ദ്രമാക്കിയാണ് ഇദ്ദേഹം സാമ്രാജ്യം സ്ഥാപിച്ചത്. ശിമു

ഖനെ തുടർന്ന് സഹോദരനായ കൃഷ്ണൻ അധികാരത്തിലെത്തി. ഗൗതമീപുത്രശതകർണിയായിരുന്നു ഈ വംശത്തിലെ ഏറ്റവും ശക്ത നായ ഭരണാധികാരി. പ്രതിസ്ഥാനമായിരുന്നു ഇദ്ദേഹത്തിന്റെ തല സ്ഥാനം. എ ഡി 203 ൽ യജ്ഞശ്രീശതകർത്തിയുടെ മരണത്തോടെ ശതവാഹനസാമ്രാജ്യം അധഃപതിച്ചു.

ഇന്തോ-ഗ്രീക്കുകാർ: മഗധസാമ്രാജ്യത്തിന്റെ പരാജയം മനസ്സിലാ ക്കിയ ബാക്ട്രിയയിലെയും പാർത്തിയയിലെയും ഭരണാധികാരികൾ ഇന്ത്യ ആക്രമിക്കുകയും തങ്ങളുടെ ശക്തിവർദ്ധിപ്പിക്കുകയും ചെയ്തു. അഫ്ഗാനിസ്ഥാൻ, പഞ്ചാബ്, സിന്ധ് എന്നീ പ്രദേശങ്ങളാണ് ബാക്ട്രി യൻ ആധിപത്യത്തിലായത്. ഇതിലെ പ്രശസ്തനായ ഭരണാധികാരിയാ യിരുന്നു മെനാൻഡർ. ബുദ്ധമതഭിക്ഷുവായ നാഗസേനൻ ഇദ്ദേഹത്തെ ബുദ്ധമതത്തിലേക്കു പരിവർത്തനം ചെയ്യിച്ചതിനെക്കുറിച്ച് *മിലിരുപാൻഹ* എന്ന കൃതിയിൽ വിവരിക്കുന്നുണ്ട്. ഇന്തോ-പാർത്തിയൻ സാമ്രാജ്യ ത്തിലെ ഏറ്റവും ശക്തനായ ഭരണാധികാരിയായിരുന്നു ഗോണ്ടോഫെർ ണസ്. ഇന്ത്യയിൽ ക്രിസ്തുമതം പ്രചരിപ്പിക്കാനെത്തിയ സെന്റ് തോമസ് ഇദ്ദേഹത്തിന്റെ സദസിലാണ് വന്നെത്തിയതെന്നു വിശ്വസിക്കുന്നു.

ശാകൻമാർ: മധ്യേഷ്യയിൽ അലഞ്ഞുതിരിഞ്ഞു നടന്നിരുന്ന ഈ ഗോത്രവിഭാഗം ബാക്ട്രിയൻമാരെയും പാർത്തിയൻമാരെയും കീഴടക്കി യാണ് തങ്ങളുടെ സാമ്രാജ്യം സ്ഥാപിച്ചത്. തക്ഷശില, മഥുര, നാസിക്, ഉജ്ജയിനി എന്നിവയായിരുന്നു ഇവരുടെ പ്രധാന ശക്തികേന്ദ്രങ്ങൾ. ഈ വംശത്തിലെ ഏറ്റവും ശക്തനായ രാജാവ് രുദ്രദമൻ ആയിരുന്നു.

കുഷാനരാജവംശം: യു ചി എന്ന ഗോത്രവിഭാഗത്തിൽപ്പെട്ട ഇവർ ആദ്യം ഗാന്ധാരമാണ് ആക്രമിച്ചു കീഴടക്കിയത്. പിന്നീട് ബാക്ട്രിയൻമാർ, പാർത്തിയൻമാർ, ശകവംശജർ എന്നിവരെയൊക്കെ പരാജയപ്പെടുത്തി. ഈ വംശത്തിലെ ആദ്യ പ്രമുഖ ഭരണാധികാരി കുജാല കാഡ്ഫിസസ് I (40–64) ആയിരുന്നു. ഇദ്ദേഹത്തിനുശേഷം അധികാരത്തിലെത്തിയ കനി ഷ്കൻ ആയിരുന്നു ഈ വംശത്തിലെ ഏറ്റവും പ്രഗത്ഭനായ ഭരണാധി കാരി. പുരുഷപുരം (ഇന്നത്തെ പെഷവാർ) ആസ്ഥാനമാക്കി ഭരണം നട ത്തിയ ഇദ്ദേഹമാണ് എ ഡി 78 ൽ ശകവർഷം ആരംഭിച്ചത്. 'രണ്ടാം അശോകൻ' എന്നറിയപ്പെട്ട ഇദ്ദേഹത്തിന്റെ പിൻഗാമികൾ പ്രബലരായി രുന്നില്ല.

തെക്കെ ഇന്ത്യയിലെ ഭരണവിഭാഗങ്ങൾ: ഡക്കാൻ പീഠഭൂമിക്കും ശതവാഹന സാമ്രാജ്യത്തിനും തെക്കായി മൂന്ന് സാമ്രാജ്യങ്ങളാണ് ഉദയം ചെയ്തത്. ഇവർ ചോളന്മാർ (തഞ്ചാവൂർ), പാണ്ഡ്യന്മാർ (മധുര), ചേര ന്മാർ (മഹോദയപുരം) എന്നിവയായിരുന്നു. തമിഴ്ഭാഷ സംസാരിച്ചിരുന്ന ഈ ഭരണവംശങ്ങളെക്കുറിച്ചുള്ള വിവരങ്ങൾ അക്കാലത്ത് രചിക്കപ്പെട്ട സംഘകൃതികളിൽ നിന്നാണ് ലഭിക്കുന്നത്. പരസ്പരം ആക്രമിച്ചിരുന്ന ഇവരിൽ ചോളന്മാർ പിന്നീട് കൂടുതൽ പ്രബലരായി.

ഇവരുടെ കാലഘട്ടത്തിൽ മലബാർതീരം ഒരു വ്യാപാരകേന്ദ്രമായി

മൗര്യാനന്തരകാല സമൂഹം

മൗര്യാനന്തരകാലത്ത് ഇന്ത്യയിലെത്തിയ വിദേശികളുടെ സ്വാധീ നഫലമായി ജാതിവ്യവസ്ഥയുടെ കാർക്കശ്യം കുറഞ്ഞുവന്നു. വ്യാപാരം, സംസ്കാരം, കല, ശാസ്ത്രസാങ്കേതിക വിദ്യ തുട ങ്ങിയ മേഖലകളിൽ പല മാറ്റങ്ങളും ഉണ്ടായി. അടിമത്തം ഒരു പരിധിവരെ നിലനിന്നിരുന്നുവെങ്കിലും സതിസമ്പ്രദായവും ശൈശ വ വിവാഹവും വ്യാപകമായിരുന്നില്ല എന്നാണ് തെളിവുകൾ വ്യക്തമാക്കുന്നത്. ഇക്കാലത്ത് നിലനിന്നിരുന്ന ഗിൽഡുകൾ ഉൽപ്പാദന വിതരണ രംഗത്ത് ഏകീകൃത സ്വഭാവം കൈവരിക്കു ന്നതിന് കാരണമായി. ഗാന്ധാര കലാരീതി, മഥുരകലാരീതി തുട ങ്ങിയവ പ്രകടമായത് ഈ സാംസ്കാരിക സമന്വയത്തിന്റെ ഫല മായിട്ടായിരുന്നു.

മാറി. തെക്കുകിഴക്കനേഷ്യയുമായും ഇവർ വ്യാപാരബന്ധം പുലർത്തി യിരുന്നു. ജനങ്ങളിൽ ഭൂരിഭാഗവും ഗ്രാമങ്ങളിലാണ് വസിച്ചിരുന്നത്. കച്ച വടക്കാരും കൈത്തൊഴിലാളികളും പട്ടണങ്ങളിലും തുറമുഖങ്ങളിലുമാണ് താമസിച്ചിരുന്നത്. രാജാവിനെ ഭരണകാര്യങ്ങളിൽ സഹായിക്കാൻ ഗോത്ര ത്തലവൻമാരുടെ സമിതിയായ 'സഭ' ഉണ്ടായിരുന്നു. എ ഡി ഒന്നാം നൂറ്റാ ണ്ടോടുകൂടി ഇവിടേക്ക് ക്രിസ്തുമതവും പ്രചരിച്ചുതുടങ്ങി.

ഗുപ്തഭരണകാലം

മൗര്യന്മാർക്കുശേഷം യവനർ, കുശാനന്മാർ, ശാകർ എന്നിവർ ഇന്ത്യ യിൽ ഭരണം നടത്തിയെങ്കിലും ഒരു സാമ്രാജ്യം എന്ന നിലയിൽ ഒരു രാജവംശം പിന്നീട് ഉദയം ചെയ്യുന്നത് ഗുപ്തൻമാരുടെ കാലത്താണ്. ഈ വംശത്തിലെ പ്രാധാന്യമർഹിക്കുന്ന ആദ്യ രാജാവ് ചന്ദ്രഗുപ്തൻ ഒന്നാമൻ (എ ഡി 320) ആയിരുന്നു. മഗധ കേന്ദ്രമാക്കിക്കൊണ്ട് അദ്ദേഹം അതിശക്തമായ ഒരു സാമ്രാജ്യത്തിന് രൂപം നൽകി.

ചന്ദ്രഗുപ്തന്റെ പുത്രനായ സമുദ്രഗുപ്തൻ ഈ വംശത്തിലെ ഏറ്റവും ശക്തനായ ഭരണാധികാരിയായിരുന്നു. അലഹബാദിലുള്ള ഒരു ശിലാലിഖിതത്തിൽനിന്ന് നമുക്ക് അദ്ദേഹത്തെക്കുറിച്ചുള്ള തെളിവുകൾ ലഭിച്ചിട്ടുണ്ട്. ഇദ്ദേഹത്തിന്റെ കാലത്ത് സാമ്രാജ്യം ദില്ലിയിലേക്കും ഉത്തർപ്രദേശിലേക്കും വ്യാപിക്കുകയും കൂടുതൽ ശക്തിമത്താവുകയും ചെയ്തു. ദക്ഷിണേന്ത്യയിലേക്കു പോലും അദ്ദേഹം തന്റെ ആക്രമണം വ്യാപിപ്പിച്ചിരുന്നു.

സമുദ്രഗുപ്തന്റെ പുത്രനായിരുന്ന ചന്ദ്രഗുപ്തൻ രണ്ടാമൻ അഥവാ ചന്ദ്രഗുപ്തവിക്രമാദിത്യനായിരുന്നു അടുത്ത പ്രഗത്ഭനായ ഭരണാധി കാരി. പടിഞ്ഞാറൻ ഭാരതത്തിലെ ശാകൻമാരെ പരാജയപ്പെടുത്തിയ അദ്ദേഹം കലയ്ക്കും സാഹിത്യത്തിനും പ്രോത്സാഹനം നൽകി.

സാമ്രാജ്യത്തിന്റെ തകർച്ച: എ ഡി 5-ാം നൂറ്റാണ്ടോടെ ഗുപ്തസാ മ്രാജ്യം തകർന്നു തുടങ്ങി. മധ്യ ഏഷ്യയിൽനിന്നു വന്ന ഹൂണന്മാർ ഇവരെ പരാജയപ്പെടുത്തി തങ്ങളുടെ ആധിപത്യമുറപ്പിച്ചു. ഭരണശേഷി യില്ലാത്ത പിൻഗാമികളും പ്രവിശ്യാ ഗവർണർമാരുടെ ഏകാധിപത്യ മനോഭാവവുമാണ് തകർച്ചയ്ക്കു വഴിയൊരുക്കിയ ഘടകങ്ങൾ.

ഗുപ്തഭരണകാലം – ഒരു വിലയിരുത്തൽ: ഗുപ്തഭരണകാലത്തെ നേട്ടങ്ങൾ വിലയിരുത്തി ചരിത്രകാരന്മാർ ഇക്കാലത്തെ 'സുവർണകാല ഘട്ടം' എന്നു വിശേഷിപ്പിക്കാറുണ്ട്. ഭരണകാര്യങ്ങൾക്കുപുറമെ വിദ്യാ ഭ്യാസ-കലാസാംസ്കാരിക മേഖലകൾക്കും ഗുപ്തഭരണാധികാരികൾ പ്രത്യേക ഊന്നൽ നൽകിയിരുന്നു. കാളിദാസൻ ഉൾപ്പെടുന്ന 'നവര ത്നങ്ങൾ' ചന്ദ്രഗുപ്തവിക്രമാദിത്യന്റെ സദസ്യരായിരുന്നു. ഇക്കാലത്ത് സംസ്കൃതഭാഷയ്ക്ക് കൂടുതൽ പ്രാധാന്യം കൈവന്നു. ഹിന്ദുമതം കൂടു തൽ ശക്തിയാർജ്ജിച്ചു. ഗുപ്തരാജാക്കന്മാർ വിഷ്ണു-ശിവ ഭക്തന്മാർ ആയിരുന്നു. ഗുപ്തരാജാക്കന്മാർ ബ്രാഹ്മണർക്ക് നികുതി ഒഴിവാക്കി ക്കൊണ്ട് ഭൂമി ദാനമായി നൽകിയിരുന്നു. ഇതാണ് പിൽക്കാലത്ത് ഇന്ത്യൻ സമൂഹത്തിൽ ഫ്യൂഡലിസത്തിന്റെ ഉയർച്ചയ്ക്ക് കാരണമായത്.

ഹൈന്ദവക്ഷേത്രങ്ങൾ ധാരാളം പണികഴിപ്പിച്ച ഇവരുടെ നിർമ്മി തികൾക്കുദാഹരണങ്ങളാണ് അജന്തയും എല്ലോറയും. ശാസ്ത്ര സംബ ന്ധിയായ കാര്യങ്ങളിലും ഇക്കാ ലത്ത് പല നേട്ടങ്ങളുമുണ്ടായി. ജ്യോതിശാസ്ത്രത്തെക്കുറി ച്ചുള്ള അറിവ് വർദ്ധിച്ചു. ആര്യ ഭടനും വരാഹമിഹിരനും ഈ കാലഘട്ടത്തിലാണ് ജീവിച്ചിരു ന്നത്.

പൂജ്യം, ദശാംശരീതി എന്നി വ പ്രയോഗത്തിൽ കൊണ്ടു വന്ന ഇന്ത്യൻ ശാസ്ത്രകാരന്മാർ സംഖ്യാബോധത്തിലും മുൻപ ന്തിയിലായിരുന്നു. ലോഹങ്ങളെ സംബന്ധിച്ചുള്ള അറിവിന് ഉത്ത മോദാഹരണമാണ് ദില്ലിക്ക് സമീപമുള്ള മെഹ്‌റൗളിയിൽ ഇന്നും തുരുമ്പിക്കാതെ നില നിൽക്കുന്ന ഇരുമ്പുസ്തൂപം.

വ്യാപാരവും ഇക്കാലത്ത് വികാസം പ്രാപിച്ചിരുന്നു. സു വർണ്ണഭൂമി (ബർമ), യവദ്വീപ്

മെഹ്‌റൗളിയിലെ ഇരുമ്പ് സ്തൂപം

(ജാവ) കംബോജം (കമ്പോഡിയ) എന്നിവിടങ്ങളുമായി വ്യാപാരബന്ധം നിലനിന്നിരുന്നു. താമ്രലിപ്തി, ബ്രോച്ച്, സോചാര, കല്യാൺ എന്നിവ യായിരുന്നു പ്രധാന തുറമുഖങ്ങൾ. ഈ യാത്രകളുടെ ഫലമായി ഹൈന്ദ വ–ബുദ്ധസംസ്കാരം തെക്കു കിഴക്കനേഷ്യയിലേക്കു കൂടി വ്യാപിച്ചു. അതോടൊപ്പം തന്നെ മലബാർ തീരത്തുനിന്ന് ചരക്കുകൾ ആഫ്രിക്കയി ലേക്കും ഇറാനിലേക്കും മെഡിറ്ററേനിയൻ രാജ്യങ്ങളിലേക്കും കയറ്റി അയ ച്ചിരുന്നു.

ഗുപ്താനന്തരകാല ഇന്ത്യ

ഗുപ്തന്മാരുടെ പതനത്തെത്തുടർന്ന് എ ഡി 500 മുതൽ 800 വരെ ഉത്തരേന്ത്യയിൽ ഒരു സാമ്രാജ്യം സ്ഥാപിക്കാനുള്ള ശ്രമങ്ങൾ നടന്നെ ങ്കിലും അതിന് സാധിച്ചില്ല. ഇതേത്തുടർന്ന് ചെറിയ ചെറിയ രാജ്യങ്ങൾ ഉദയം ചെയ്തു.

ഹർഷവർദ്ധനൻ : ദില്ലിയിൽ നിന്ന് ഏകദേശം 160 കി മി തെക്കു മാറി താനേശ്വർ ആസ്ഥാനമാക്കിക്കൊണ്ട് വർധനന്മാരുടെ രാജവംശം എ ഡി 7–ാം നൂറ്റാണ്ടിൽ ഉയർന്നുവന്നു. എ ഡി 606 ലാണ് ഹർഷൻ രാജാവാകുന്നത്. പഞ്ചാബ്, കിഴക്കൻ രാജസ്ഥാൻ, അസം വരെയുള്ള ഗംഗാതടം തുടങ്ങി വടക്കേ ഇന്ത്യയിലെ പലഭാഗങ്ങളും അദ്ദേഹം തന്റെ കീഴിൽ കൊണ്ടുവന്നു. എന്നാൽ തെക്കേ ഇന്ത്യയിൽ ചാലുക്യരാജാ വായ പുലികേശി രണ്ടാമനോട് പരാജയമറിഞ്ഞു. ബുദ്ധമതത്തിൽ താൽപ്പര്യമുണ്ടായിരുന്ന അദ്ദേഹം പിൽക്കാലത്ത് ബുദ്ധമതം സ്വീകരി ക്കുകയുണ്ടായി എന്നു പറയപ്പെടുന്നു. ഇക്കാലത്താണ് ഹ്യൂയാൻസാങ് ഇന്ത്യ സന്ദർശിക്കുന്നത്. ഹ്യൂയാൻസാങ്ങിന്റെ വിവരണങ്ങളിൽ നിന്നാണ് ഹർഷനെക്കുറിച്ചുള്ള വിവരങ്ങൾ നമുക്ക് ലഭിക്കുന്നത്.

ഡക്കാനും തെക്കേ ഇന്ത്യയും

ചാലുക്യന്മാർ: ശതവാഹനൻമാരുടെ അധഃപതനത്തെ തുടർന്ന് വകാടകൻമാർ ഡക്കാണിൽ അധികാരത്തിലെത്തിയെങ്കിലും അവർക്ക് നിലനിൽക്കാൻ സാധിച്ചില്ല. ഇവരെ പിൻതുടർന്നാണ് വാതാപി ആസ്ഥാ നമാക്കിക്കൊണ്ട് ചാലുക്യന്മാർ അധികാരത്തിൽ വന്നത്. ഈ വംശ ത്തിലെ ഏറ്റവും പ്രശസ്തനായ ഭരണാധികാരിയായിരുന്നു പുലികേശി രണ്ടാമൻ. നർമ്മദതീരത്തുവെച്ച് ഹർഷനെ തോൽപ്പിച്ച അദ്ദേഹത്തിന്റെ പ്രധാന ശത്രുക്കളായിരുന്നു രാഷ്ട്രകൂടന്മാരും പല്ലവന്മാരും. പിന്നീട് പല്ലവരാജാവായ നരസിംഹവർമ്മൻ പുലികേശിയെ പരാജയപ്പെടുത്തു കയും ആസ്ഥാനം കൈവശമാക്കുകയും ചെയ്തു.

പല്ലവന്മാർ : കാഞ്ചീപുരം ആസ്ഥാനമാക്കി ഭരണം സ്ഥാപിച്ച പല്ല വന്മാർ ശതവാഹനൻമാരുടെ ഉദ്യോഗസ്ഥൻമാരായിരുന്നിരിക്കാമെന്ന് കരു

തപ്പെടുന്നു. രാജ്യവിസ്ഥാപനത്തിന്റെ പേരിൽ ഇവർക്ക് പാണ്ഡ്യന്മാരും ചാലുക്യന്മാരുമായി നിരന്തരം സംഘർഷത്തിലേർപ്പെടേണ്ടി വന്നു. പല്ലവ ഭരണാധികാരിയായ മഹേന്ദ്രവർമ്മൻ ഒരു യോദ്ധാവ് എന്നതിലുപരി മികച്ച സംഗീതജ്ഞനും കവിയുമായിരുന്നു.

ഭക്തിപ്രസ്ഥാനം ഉദയം ചെയ്യുന്നത് ഈ കാലഘട്ടത്തിലാണ്. ഇവരിൽ വിഷ്ണുഭക്തരെ 'ആൾവാർ' എന്നും ശിവഭക്തരെ 'നായനാർ' എന്നും വിളിച്ചിരുന്നു. വാസ്തുവിദ്യ വികാസം പ്രാപിച്ച ഒരു കാലഘട്ടം കൂടിയായിരുന്നു ഇത്. ധാരാളം ക്ഷേത്രങ്ങളും ഗോപുരങ്ങളും പല്ലവ കാലത്ത് നിർമ്മിക്കപ്പെട്ടു. 'മഹാബലിപുരം' ഇവരുടെ ശിൽപ്പകലാബോ

മഹാബലിപുരം
ക്ഷേത്രശിൽപ്പങ്ങൾ

ധത്തിന് ഉത്തമോദാഹരണമാണ്. ഗ്രാമവാസികൾക്ക് ഒത്തുചേരാനും പ്രശ്നങ്ങൾ ചർച്ചചെയ്യാനുമുള്ള സങ്കേതങ്ങളായിരുന്നു ക്ഷേത്രങ്ങൾ. അവ ഗ്രാമത്തിന്റെ സാംസ്കാരിക കേന്ദ്രങ്ങളുമായിരുന്നു.

മധ്യകാല ഇന്ത്യ

ഇന്ത്യാചരിത്രത്തിൽ എ ഡി 8 മുതൽ 18-ാം നൂറ്റാണ്ടുവരെയാണ് മധ്യകാലഘട്ടമായി കണക്കാക്കുന്നത്. ചരിത്രരേഖകൾ കൊണ്ടു സമ്പന്നമായ ഈ കാലത്ത് വിവിധമേഖലകളിൽ വൻവ്യതിയാനങ്ങളാണ് സംഭവിച്ചത്. ഇസ്ലാമിന്റെ വളർച്ചയായിരുന്നു ഇതിൽ ഏറ്റവും പ്രധാനപ്പെട്ടത്. നാടുവാഴിത്തവും ഫ്യൂഡൽവ്യവസ്ഥിതിയും ഈ കാലത്തിന്റെ മുഖമുദ്രയായിരുന്നു. അറബികൾ, തുർക്കികൾ, മംഗോളികൾ, യൂറോപ്യൻമാർ എന്നിവരുമായി എല്ലാം ഇന്ത്യയ്ക്ക് ഇക്കാലത്ത് ബന്ധം പുലർത്തേണ്ടി വന്നു. എ ഡി 712 ലെ അറബികളുടെ സിന്ധ് ആക്രമണം മറ്റൊരു പ്രധാന സംഭവമായിരുന്നു.

വൻസാമ്രാജ്യങ്ങളുടെ അധഃപതനവും ആഭ്യന്തരകലഹവും വടക്കു പടിഞ്ഞാറൻ മേഖലകളിൽ നിന്ന് ഇന്ത്യയിലേക്ക് ആക്രമണം ഉണ്ടാകുന്നതിന് കാരണമായി. ഇങ്ങനെ ആക്രമണം നടത്തിയവരിലെ ആദ്യ വ്യക്തി ഗസ്നിയിലെ മഹ്മൂദ് ആയിരുന്നു. പിന്നീട് 1191 ൽ മുഹമ്മദ്ഗോറി വന്നെത്തി. 1192 ൽ രണ്ടാം തറൈൻ യുദ്ധത്തിൽ പൃഥിരാജ് ചൗഹാനെ പരാജയപ്പെടുത്തിയ ഗോറി ഇന്ത്യയിലെ തുർക്കിഭരണത്തിന് തുടക്കം കുറിച്ചു.

ദില്ലി സുൽത്താനേറ്റ്

അടിമവംശം (1206–1290): ഗോറി യുടെ മരണത്തെ തുടർന്നാണ് 1206 ൽ അദ്ദേഹത്തിന്റെ ജനറലായി രുന്ന കുത്ബുദ്ദീൻ ഐബക്ക് ദില്ലി ആസ്ഥാനമാക്കിക്കൊണ്ട് ഭരണം ആരംഭിക്കുന്നത്. ഒരു ശക്തനായ ഭരണാധികാരിയായിരുന്ന ഇദ്ദേഹം 'ലാഖ്ബാഷ്' (ലക്ഷം രൂപ വിത രണം ചെയ്തവൻ) എന്നറിയപ്പെ ട്ടിരുന്നു. 1210 ൽ പോളോ കളിക്കിട യിൽ കുതിരപ്പുറത്ത് നിന്ന് വീണ് അദ്ദേഹം മരണപ്പെട്ടു. പിൻഗാമി യായി അദ്ദേഹത്തിന്റെ മരുമക നായ ഇൽത്തുമിഷാണ് അധികാ

സുൽത്താന റസിയ

രത്തിലെത്തിയത്. ഇക്കാലത്താണ് ചെങ്കിസ്ഖാന്റെ ഇന്ത്യൻ ആക്രമണം. ഇൽത്തുമിഷിന്റെ ഭരണത്തെത്തുടർന്ന് അദ്ദേഹത്തിന്റെ മകളായ സുൽത്താന റസിയ അധികാരത്തിലെത്തി. ദില്ലി സുൽത്താൻമാരിലെ ആദ്യ വനിതാ ഭരണാധികാരിയായിരുന്നു ഇവർ. റസിയയ്ക്കുശേഷം ഭരണം കയ്യാളിയ ഗിയാസുദ്ദീൻ ബാൽബൻ ആയിരുന്നു ഈ രാജവംശ ത്തിലെ ഏറ്റവും ശക്തനായ ഭരണാധികാരി.

ഖിൽജി രാജവംശം (1290–1320): അടിമവംശത്തെ തുടർന്ന് അധി കാരത്തിലെത്തിയ ഖിൽജിവംശത്തിലെ ഏറ്റവും ശക്തനായ ഭരണാധി കാരി അലാവുദ്ദീൻ ഖിൽജി (1296–1316) ആയിരുന്നു. ഗുജറാത്ത്, മാളവം എന്നിവിടങ്ങളിലേക്കും മറ്റു പ്രദേശങ്ങളിലേക്കും ആക്രമണം നടത്തിയ അദ്ദേഹം തന്റെ ആധിപത്യം വിപുലമാക്കി. ഭൂറവന്യൂ, അളവുതൂക്ക സംവിധാനങ്ങൾ, വിലനിയന്ത്രണ സംവിധാനങ്ങൾ, കമ്പോള പരിഷ്കാരം എന്നിവയിലൂടെ അദ്ദേഹം സാമ്പത്തികഭദ്രത നിലനിർത്തി. 1316 ൽ അദ്ദേ ഹത്തിന്റെ മരണത്തെത്തുടർന്ന് കാര്യപ്രാപ്തിയുള്ള പിൻഗാമികൾ അധി കാരത്തിൽ ഉണ്ടായിരുന്നില്ല. ഇത് തുഗ്ലക്കുകൾ അധികാരത്തിൽ വരു ന്നതിനു കാരണമായി.

തുഗ്ലഖ് രാജവംശം (1320–1413): ഗിയാസുദ്ദീൻ തുഗ്ലക്കാണ് ഈ വംശത്തിന്റെ സ്ഥാപകൻ. ഈ വംശത്തിന്റെ കാലത്താണ് 1398 ൽ തിമൂർ ഇന്ത്യ ആക്രമിച്ചത്. 1325 മുതൽ 1351 വരെ ഭരണം നടത്തിയ മുഹമ്മദ് ബിൻ തുഗ്ലക്കാണ് ഒരു പ്രമുഖ ഭരണാധികാരി. 'ബുദ്ധിമാനായ വിഡ്ഢി' എന്ന പേരിൽ പ്രസിദ്ധനായ ഇദ്ദേഹമാണ് പിച്ചളകൊണ്ടും ചെമ്പുകൊ

ണ്ടുമുള്ള ടോക്കൺ നാണയങ്ങൾ പുറത്തിറക്കിയത്. മുഹമ്മദിനുശേഷം ഫിറോസ്ഷാ അധികാരത്തിലെത്തി. അദ്ദേഹത്തിന്റെ മരണശേഷം പിൻതുടർച്ചാവകാശത്തിനായി ആഭ്യന്തരകലഹം ഉണ്ടായി. അങ്ങനെ ആയിരത്തിനാനൂറ്റി പതിമൂന്നോടെ തുഗ്ലക്ക്‌വാഴ്ച അവസാനിച്ചു.

ഫിറോസ്ഷാ തുഗ്ലഖ്

മുഹമ്മദ് ബിൻ തുഗ്ലഖ്

സയ്യിദ് രാജവംശം (1414–1451): തുഗ്ലക്കിനെ തുടർന്ന് ഡൽഹി സുൽത്താനേറ്റ് ഛിന്നഭിന്നമായ സമയത്താണ് സയ്യിദ് വംശം അധികാരത്തിൽ എത്തുന്നത്. ബിദിർഖാൻ ആയിരുന്നു രാജവംശസ്ഥാപകൻ. അതിശക്തരായ ഭരണാധികാരികളെയൊന്നും സൃഷ്ടിക്കാൻ ഈ വംശത്തിനു സാധിച്ചില്ല. ആലംഷാ സയ്യിദ് ആയിരുന്നു അവസാന ഭരണാധികാരി.

ലോദിവംശം (1451–1526): ബഹ്‌ലോൾ ലോദിയാണ് ഈ വംശം സ്ഥാപിച്ചത്. അദ്ദേഹത്തെ തുടർന്ന് സിക്കന്ദർ ലോദി അധികാരത്തിലെത്തി. ലോദി സുൽത്താൻമാർ സുൽത്താനേറ്റിനെ ഒരുമിച്ചു നിർത്താനുള്ള ശ്രമങ്ങൾ നടത്തി. ബംഗാളിന്റെ പടിഞ്ഞാറു ഭാഗം വരെയുള്ള ഗംഗാതടം സിക്കന്ദർലോദിയുടെ നിയന്ത്രണത്തിലായിരുന്നു. തന്റെ തലസ്ഥാനം ദില്ലിയിൽ നിന്ന് അദ്ദേഹം ആഗ്രയിലേക്കു മാറ്റി. അവസാന ലോദി സുൽത്താനായ ഇബ്രാഹിം ലോദിക്കെതിരെ അഫ്ഗാൻ പ്രഭുക്കൾ ഗൂഢാലോചന നടത്തുകയും ഇത് 1526ലെ ഒന്നാം പാനിപ്പത്ത് യുദ്ധത്തിൽ കലാശിക്കു

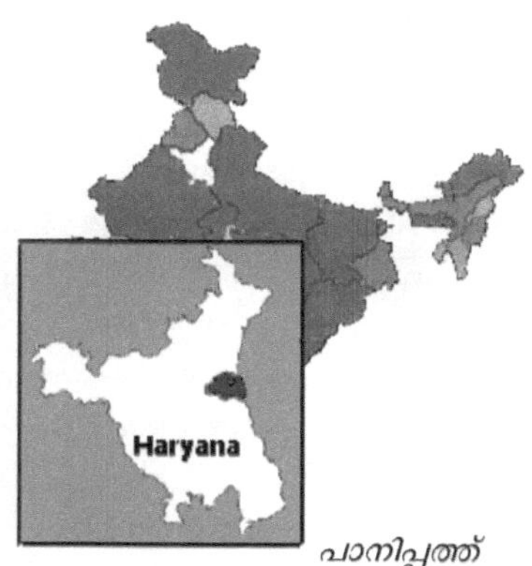

പാനിപ്പത്ത്

കയും ചെയ്തു. ഈ യുദ്ധത്തിൽ ബാബർ വിജയിക്കുകയും മുഗൾസാമ്രാജ്യത്തിന് അടിത്തറ പാകുകയും ചെയ്തു.

സുൽത്താൻ ഭരണകാലത്തെ ജനജീവിതം: സുൽത്താൻ ഭരണകാലത്ത് ഇന്ത്യൻ സമൂഹം അഭിജാതവർഗ്ഗം പുരോഹിതൻമാർ, പട്ടണവാസികൾ, കൃഷിക്കാർ എന്നിങ്ങനെ തരംതിരിക്കപ്പെട്ടിരുന്നു. ഭരണവർഗ്ഗമായ അഭിജാതവർഗ്ഗത്തിലെ ഏറ്റവും പ്രധാനി സുൽത്താനായിരുന്നു.

രണ്ടാം സ്ഥാനം പുരോഹിതന്മാർക്കായിരുന്നു. പട്ടണവാസികളിൽ വ്യാപാ രികൾ, കച്ചവടക്കാർ, കൈവേലക്കാർ, ഗവൺമെന്റ് ഉദ്യോഗസ്ഥർ എന്നി വർ ഉൾപ്പെട്ടിരുന്നു. ഭൂമിയിൽ അധ്വാനിച്ചിരുന്ന കൃഷിക്കാർ ഗ്രാമങ്ങളി ലാണ് താമസിച്ചിരുന്നത്.

മതപരമായ രംഗത്ത് 'സൂഫി' ഭക്തി പ്രസ്ഥാനങ്ങൾ ജന്മമെടുത്തു. ആചാരങ്ങളെയും നോയമ്പുകളെയും ചടങ്ങുകളെയും തള്ളിപ്പറഞ്ഞ ഇതിന്റെ ആചാര്യൻമാർ ദൈവത്തോട് കൂടുതൽ അടുക്കാനുള്ള മാർഗ്ഗം പ്രേമവും ഭക്തിയുമാണെന്ന് ഊന്നിപ്പറഞ്ഞു.

തുർക്കികളുടെയും അഫ്ഗാൻകാരുടെയും രംഗപ്രവേശം വാസ്തു വിദ്യാരംഗത്ത് പുതിയ സാങ്കേതികവിദ്യകളുടെ കടന്നുവരവിന് കാരണ മായി. കമാനം, കുംഭഗോപുരം എന്നിവ ഇതിനുദാഹരണങ്ങളാണ്. ചിത്ര കലാരംഗത്ത് ലഘുചിത്രകലയുടെ പഴയ പാരമ്പര്യം തുടർന്നു. സംഗീ തത്തിൽ പുതിയ ശൈലി രൂപം കൊണ്ടു. സൂഫികൾക്ക് സംഗീതത്തി ലുണ്ടായിരുന്ന താൽപ്പര്യം പുതിയ രൂപങ്ങൾക്ക് പ്രചാരം സിദ്ധിക്കുന്ന തിന് കാരണമായി. ഇക്കാലത്ത് രാജ്യത്തിന്റെ മിക്ക ഭാഗങ്ങളിലും കോട തിഭാഷ പേർഷ്യനായിരുന്നു. ഇത് പ്രാദേശിക ഭാഷകളുമായി കൂടിച്ചേ രുന്നതിന് സഹായകമായി. ഉദാഹരണത്തിന് പേർഷ്യനും ഹിന്ദിയും കൂടി ചേർന്ന് 'ഉർദു' രൂപം കൊണ്ടു.

ഇക്കാലത്ത് വ്യാപാരരംഗത്തുണ്ടായ വളർച്ച പണത്തിന്റെ ഉപയോ ഗത്തെ കൂടുതൽ പ്രോത്സാഹിപ്പിച്ചു. ഏറ്റവും സാധാരണമായി ഉപയോ ഗിക്കപ്പെട്ടിരുന്ന നാണയം വെള്ളികൊണ്ടുള്ള 'തങ്ക' ആയിരുന്നു. ഇൽത്തുമിഷാണ് ഇത് ആദ്യമായി ഇറക്കിയത്. അറേബ്യ, കിഴക്കേ ആഫ്രിക്ക, ചൈന തുടങ്ങിയ പ്രദേശങ്ങളുമായും വ്യാപാരം നിലനിന്നി രുന്നു. ഇക്കാലത്ത് ദില്ലി സന്ദർശിച്ച ഇബ്നുബത്തുത്തയുടെ വിവരങ്ങ ളിൽ നിന്ന് ഇക്കാര്യം നമുക്ക് മനസിലാക്കാം.

സൂഫി, ഭക്തിപ്രസ്ഥാനങ്ങൾ: പതിനൊന്നാം നൂറ്റാണ്ടിൽ പേർഷ്യ യിൽ നിന്നും ഇന്ത്യയിലേക്കു വന്ന സൂഫികളാണ് ഇവിടെ സൂഫിപ്ര സ്ഥാനത്തിന് വേരോട്ടം ഉണ്ടാക്കിയത്. മറ്റു മതങ്ങളോട് സഹിഷ്ണുത പുലർത്തിയ ഇവർ പരമ്പരാഗത ആചാരവിശ്വാസങ്ങൾക്ക് വില കൽപ്പി ച്ചിരുന്നില്ല. സൂഫി ചിന്തകൾ ഒരിക്കലും യാഥാസ്ഥിതിക ചിന്തകളുമായി പൊരുത്തപ്പെടുന്നവ ആയിരുന്നില്ല. പീർ എന്ന പേരിലാണ് സൂഫീ ഗുരു ക്കന്മാർ അറിയപ്പെട്ടിരുന്നത്. ഏറ്റവും പ്രശസ്തനായ സൂഫിവര്യന്മാരിൽ ഒരാളായിരുന്നു മൊയ്നുദ്ദീൻ ചിഷ്ടി. നിസാമുദ്ദീൻ ഓലിയ, ബാബ ഫരീദ് എന്നിവരും പ്രശസ്തരായ സൂഫി സന്ന്യാസിവര്യന്മാരായിരുന്നു.

സൂഫിചിന്തകൾക്കൊപ്പം തന്നെ ഹിന്ദുമതത്തിൽ രൂപംകൊണ്ട പ്രസ്ഥാനമാണ് ഭക്തിപ്രസ്ഥാനം. ഇതിലെ മിക്ക സന്ന്യാസിമാരും ബ്രാഹ്മ ണേതരജാതിക്കാരായിരുന്നു എന്നതാണ് ഇതിന്റെ സവിശേഷത.

സഹിഷ്ണുതയും പ്രേമവുമാണ് ഈ സന്യാസിമാരും ഉയർത്തിപ്പിടിച്ചത്. കബീർ, ഗുരുനാനാക്ക്, മീരാഭായ് എന്നിവർ ഭക്തിപ്രസ്ഥാനത്തിലെ പ്രമുഖ ആചാര്യൻമാരായിരുന്നു. ഭക്തിപ്രസ്ഥാനം മതപരം മാത്രമായിരുന്നില്ല. അത് സാമൂഹ്യാശയങ്ങളെയും സ്വാധീനിച്ചിട്ടുണ്ട്. ജാതീയതയെ എതിർത്ത ഈ വിഭാഗം സ്ത്രീപുരുഷസമത്വം വിഭാവനം ചെയ്തു. തെക്കേ ഇന്ത്യയിലെ തമിഴ്സന്യാസിമാരായിരുന്ന ആഴ്വാൻമാരും നായനാർമാരും ഭക്തിപ്രസ്ഥാനത്തിന്റെ മൂലചിന്തയ്ക്ക് രൂപം നൽകിയവരായിരുന്നു.

മുഗൾഭരണം

1256 ൽ നടന്ന ഒന്നാം പാനിപ്പത്ത് യുദ്ധം ഇന്ത്യാചരിത്രത്തിൽ മറ്റൊരു വഴിത്തിരിവായിരുന്നു. അവസാന ലോദി ഭരണാധികാരിയായ ഇബ്രാഹിം ലോദിയെ പരാജയപ്പെടുത്തി കാബുളിലെ രാജാവായ ബാബർ ഇന്ത്യയിൽ മുഗൾഭരണത്തിന് തുടക്കം കുറിച്ചു.

ബാബർ: മധ്യകാല ഇന്ത്യാചരിത്രത്തിലെ പ്രമുഖ വ്യക്തിത്വങ്ങളിലൊന്നായിരുന്ന ബാബറിന്റെ യഥാർത്ഥ നാമം സഹിർ-ഉദ്-ദീൻ-മുഹമ്മദ് എന്നായിരുന്നു. കരുത്തുറ്റ സൈന്യാധിപനും ആക്രമണകാരിയും പ്രജാക്ഷേമ തൽപ്പരനുമായിരുന്ന അദ്ദേഹം 1530 വരെ ഭരണം നടത്തി. 1527 ൽ റാണാസംഗയുടെ നേതൃത്വത്തിലുള്ള സൈന്യത്തെ കണ്വയിൽ വച്ചു പരാജയപ്പെടുത്തിയും 1529 ലെ ഘാഗ്രയുദ്ധത്തിലൂടെയും അദ്ദേഹം തന്റെ ശക്തി തെളിയിച്ചു. പീരങ്കിപ്പടയുടെ സാന്നിദ്ധ്യമായിരുന്നു അദ്ദേഹത്തിന്റ വിജയത്തിനാധാരം. ആഗ്ര തലസ്ഥാനമാക്കിയ അദ്ദേഹത്തിന്റെ സാമ്രാജ്യം പടിഞ്ഞാറ് ഹിന്ദുക്കുഷ് പർവ്വതനിര മുതൽ കിഴക്ക് ബംഗാൾ വരെ നീണ്ടുകിടന്നു. *തുസുക്ക്-ഇ-ബാബറി(ബാബർനാമ)*യാണ് അദ്ദേഹത്തിന്റെ ആത്മകഥ.

ഹുമയൂൺ: ബാബറിന്റെ മരണത്തെത്തുടർന്ന് അദ്ദേഹത്തിന്റെ മൂത്തപുത്രനായ ഹുമയൂൺ അധികാരത്തിലെത്തി. ആദ്യം മുതൽക്കു തന്നെ തന്റെ പദവി നിലനിർത്തുന്നതിനും സാമ്രാജ്യം സംരക്ഷിക്കുന്നതിനും ഹുമയൂണിന് വളരെയേറെ ബുദ്ധിമുട്ടുകൾ സഹിക്കേണ്ടിവന്നു. ഗുജറാത്തിലെ ഭരണാധിപനായ ബഹദൂർഷായും അഫ്ഗാൻ പ്രഭുക്കളും സാമ്രാജ്യത്തിന് ഭീഷണിയായിരുന്നു. ഹുമയൂൺ പല പ്രദേശങ്ങളും കീഴടക്കിയെങ്കിലും സൂര വംശജനായ ഷേർഷ അധികാരം പിടിച്ചടക്കി. 1539 ലെ മൗസായുദ്ധത്തിലും 1540 ലെ കനൗജ് യുദ്ധത്തിലും ഷേർഷാ ഹുമയൂണിനെ പരാജയപ്പെടുത്തി. 1545 ൽ ഷേർഷായുടെ മരണശേഷം മാത്രമാണ് അദ്ദേഹത്തിന് അധികാരത്തിൽ വരാൻ സാധിച്ചത്. 1556 ൽ ഗ്രന്ഥശാലയുടെ ഗോവണിപ്പടിയിൽ നിന്നും വീണ് അദ്ദേഹം മരിച്ചു.

ഷേർഷ: ഹുമയൂണിന്റെ ഭരണകാലത്തെ ഇടവേളയിൽ എ ഡി 1540 മുതൽ 1555 വരെ സൂർ വംശമാണ് ഡൽഹിയിൽ ഭരണം നടത്തിയത്.

ഷേർഷയായിരുന്നു ഈ വംശത്തിന്റെ സ്ഥാപകൻ. ഫരീദ്ഖാൻ എന്നായിരുന്നു അദ്ദേഹത്തിന്റെ നാമം. ബീഹാറിലും ബംഗാളിലും തന്റെ ശക്തി വ്യാപിപ്പിച്ചശേഷമാണ് അദ്ദേഹം ഹുമയൂണിനുനേരെ തിരിഞ്ഞത്. പ്രഗത്ഭനായ സൈനികനും പോരാളിയുമായിരുന്ന ഇദ്ദേഹം 1545 ൽ ഒരു വെടിമരുന്ന് അപകടത്തിൽപ്പെട്ടാണ് മരിച്ചത്. പ്രശസ്തമായ ഗ്രാന്റ് ട്രങ്ക് റോഡ് നിർമ്മിച്ചത് ഇദ്ദേഹമാണ്. ഇദ്ദേഹത്തിന്റെ പിൻഗാമികൾ 1555 വരെ ഡൽഹി ഭരിച്ചു.

അക്ബർ: ഹുമയൂണിന്റെ മരണത്തെത്തുടർന്ന് 1556 ൽ അക്ബർ രാജ്യഭാരം ഏറ്റെടുക്കുമ്പോൾ അദ്ദേഹത്തിന് പതിമൂന്ന് വയസ്സ് മാത്രമെ ഉണ്ടായിരുന്നുള്ളൂ. അദ്ദേഹം ചെറുപ്പമായതുകൊണ്ട് ബൈറാംഖാൻ ആണ് ഭരണകാര്യങ്ങൾ നോക്കിയിരുന്നത്. 1556ൽ നടന്ന രണ്ടാം പാനി

അക്ബറുടെ ശവകുടീരം

പ്പത്ത് യുദ്ധത്തിൽ ഹെമുവിനെ പരാജയപ്പെടുത്തിയതോടെ മുഗൾ ശക്തി ഇന്ത്യൻമണ്ണിൽ കൂടുതൽ സുരക്ഷിതമായി. ഇന്ത്യയെ ഒന്നായിക്കണ്ട അക്ബർ രാജ്യം മുഴുവൻ തന്റെ നിയന്ത്രണത്തിൽ കൊണ്ടുവരാൻ ആഗ്രഹിച്ചു. 1595 ആയപ്പോഴേക്കും അദ്ദേഹം കാശ്മീർ, സിന്ധ്, ഒറീസ, മധ്യ ഇന്ത്യ, കാൻഡഹാർ എന്നീ പ്രദേശങ്ങളെല്ലാം സ്വന്തം കാൽക്കീഴിലാക്കി. ഖാണ്ഡേശ്, ബീഹാർ, അഹമ്മദ്നഗർ എന്നീ ഭാഗങ്ങൾ കൂടി കീഴക്കിയതോടെ അക്ബറിന്റെ സാമ്രാജ്യം ഗോദാവരിനദി വരെ വ്യാപിച്ചു. ഇന്ത്യ ഭരിച്ച രാജാക്കന്മാരിൽ ഏറ്റവും മഹാനായ വ്യക്തിയായിരുന്നു അദ്ദേഹം.

ജഹാംഗീർ: 1605 ൽ അക്ബർ മരിച്ചതിനെത്തുടർന്ന് അദ്ദേഹത്തിന്റെ പുത്രനായ ജഹാംഗീർ (സലിം) അധികാരത്തിലെത്തി. സമാധാനപൂർണ്ണ മായൊരു ഭരണകാലമായിരുന്നു ഇദ്ദേഹത്തിന്റേത്. വളരെയധികം പടയോട്ടങ്ങളൊന്നും ഇക്കാലത്ത് നടന്നിട്ടില്ല. രജപുത്രരാജാക്കന്മാരുമായി വിവാഹബന്ധങ്ങളിലേർപ്പെടുകയും അതുവഴി തന്റെ സാമ്രാജ്യത്തിനുള്ള ഭീഷണികൾ ഒഴിവാക്കുകയും ചെയ്തു. 1611 ൽ അദ്ദേഹം നൂർജഹാനെ വിവാഹം ചെയ്തു. ഇക്കാലയളവിൽ മുഗൾ സാമ്രാജ്യത്തിന്റെ ഭരണം നൂർജഹാന്റെ കൈകളിലായിരുന്നു. പോർച്ചുഗീസുകാർ, ഇംഗ്ലീഷുകാർ തുടങ്ങിയവർ ഇന്ത്യയുമായി കാര്യമായ ബന്ധം പുലർത്തിയത് ഇദ്ദേഹ ത്തിന്റെ ഭരണകാലത്തായിരുന്നു. പ്രജകളോടുള്ള നീതിപൂർവ്വമായ പെരു മാറ്റവും പെയിന്റിങ് പോലുള്ള കലകളിലുള്ള താൽപ്പര്യവും ജഹാംഗീ റിനെ മറ്റു മുഗൾ രാജാക്കന്മാരിൽ നിന്ന് വ്യത്യസ്തനാക്കി. 1628 ൽ അദ്ദേഹം അന്തരിച്ചു.

ഷാജഹാൻ: ശിൽപ്പികൾക്കിടയിലെ രാജകുമാരനെന്നും രാജകുമാ രന്മാർക്കിടയിലെ ശിൽപ്പിയെന്നും പ്രശസ്തനായ ഷാജഹാൻ (ഖുറം രാജ കുമാരൻ) 1628 ൽ അധികാരത്തിലേറി. ഭരണത്തിന്റെ ആദ്യസമയത്തു തന്നെ ഡക്കാണിലെയും ബുന്ദേൽഖണ്ഡിലെയും കലാപങ്ങൾ നേരിടേണ്ടിവന്നു. അഹമ്മദ് നഗറും ബീജാപ്പൂരും ഗോൽക്കൊണ്ടയും കീഴടക്കിയ അദ്ദേഹം ഇറാൻകാരിൽ നിന്നും കാൻഡഹാർ പിടിക്കാൻ ശ്രമം നടത്തിയെങ്കിലും വിജയിച്ചില്ല. ഷാജഹനാബാദ് എന്ന തലസ്ഥാനം നിർമ്മിച്ച അദ്ദേഹത്തിന്റെ പ്രശസ്തി താജ്മഹൽ, മയൂരസിംഹാസനം, ചെങ്കോട്ട, ഡൽഹിയിലെ ജുമാമസ്ജിദ് എന്നിവയിലൂടെ ഇന്നും നില

താജ്മഹൽ

ആഗ്ര കോട്ട

നിൽക്കുന്നു. 1657 ൽ അദ്ദേഹം രോഗബാധിതനായതിനെ തുടർന്ന് അദ്ദേഹ ത്തിന്റെ നാല് മക്കളും (ഔറംഗസീബ്, ദാര, ഷൂജ, മുറാദ്) അധികാര ത്തിനുവേണ്ടി കലഹം ആരംഭിച്ചു. ഇതിൽ ഔറംഗസേബ് വിജയിച്ചു. അദ്ദേഹം ഷാജഹാനെ ആഗ്രകോട്ടയിൽ തടവുകാരനായി പാർപ്പിച്ചു. 1666 ൽ ഷാജഹാൻ അന്തരിച്ചു.

ഔറംഗസേബ്: 1658 ൽ അധികാരത്തിലെത്തിയ അദ്ദേഹം അൻപതു വർഷത്തോളം രാജ്യഭരണം നടത്തി. ഇദ്ദേഹത്തിന്റെ കാലഘട്ടം പ്രശ്ന കലുഷിതമായിരുന്നു. മുഗൾസാമ്രാജ്യത്തിന്റെ അധഃപതനം ആരംഭിക്കു ന്നത് ഈ കാലഘട്ടത്തിലാണ്.

അക്ബറിന്റെ കീഴിൽ ഉണ്ടായിരുന്ന തരത്തിലുള്ള ഒരു മതനിര പേക്ഷ ഭരണമായിരുന്നില്ല ഇക്കാലത്ത് ഉണ്ടായിരുന്നത്. ഇതേത്തുടർന്ന് സാമ്രാജ്യത്തിന്റെ പല ഭാഗത്തും കലാപങ്ങൾ ഉണ്ടായി. ശിവജിയുടെ നേതൃത്വത്തിലുള്ള മറാത്തരും സിഖ് സമുദായവും ഔറംഗസീബിന് വെല്ലുവിളികൾ ഉയർത്തി. അതോടൊപ്പം തന്നെ ഔറംഗസീബിന്റെ മത നയത്തിൽ പ്രതിഷേധിച്ചുകൊണ്ട് ജാട്ട്, സത്നായി തുടങ്ങിയ വംശ ങ്ങളും കലാപം ആരംഭിച്ചു. ഈ പ്രശ്നങ്ങളൊക്കെ ഒരു പരിധിവരെ ഔറംഗസീബ് തരണം ചെയ്തുവെങ്കിലും 1707 ൽ അദ്ദേഹത്തിന്റെ മര ണത്തോടെ മുഗൾസാമ്രാജ്യം ആളുകൊണ്ടും അർത്ഥംകൊണ്ടും ചുരു ങ്ങുകയും ചെറിയ പ്രദേശത്തിന്റെ ഭരണാധികാരികളായി അദ്ദേഹത്തിന്റെ പിൻഗാമികൾ മാറ്റപ്പെടുകയും ചെയ്തു.

മറാത്തരും സിഖുകാരും

ഔറംഗസീബിന് ഏറ്റവും കൂടുതൽ വെല്ലുവിളി ഉയർത്തിയ രണ്ടു പ്രബല വിഭാഗങ്ങളായിരുന്നു മറാത്തരും പഞ്ചാബിലെ സിഖു കാരും. മഹാരാഷ്ട്രയിലെ പുനെക്കും, ചുറ്റുമുള്ള പ്രദേശങ്ങളി ലുമായാണ് മറാത്തർ തങ്ങളുടെ ആധിപത്യം ഉറപ്പിച്ചിരുന്നത്. ഗറില്ലായുദ്ധമുറ പ്രയോഗിച്ചിരുന്ന മറാത്തരുടെ ഏറ്റവും പ്രധാന നേതാവ് ശിവജിയായിരുന്നു. ഔറംഗസീബ് ഇദ്ദേഹത്തെ തടവി ലാക്കിയെങ്കിലും അതിസമർത്ഥമായി അദ്ദേഹം രക്ഷപ്പെടുകയും മുഗളർക്ക് ഒരു തലവേദനയായി മാറുകയും ചെയ്തു. ഒരു ഉറച്ച മറാത്താരാജ്യം കെട്ടിപ്പടുക്കാനാഗ്രഹിച്ച ശിവജി 1674 ൽ തന്റെ കിരീ ടധാരണം നടത്തി. തന്റെ വിജയത്തിന് ശിവജിയെ പ്രധാനമായും സഹായിച്ചത് രണ്ടുഘടകങ്ങളായിരുന്നു. ഒന്നാമതായി ഡക്കാനുമേ ലുള്ള മുഗൾ നിയന്ത്രണം ദുർബലമായി കഴിഞ്ഞിരുന്നു. രണ്ടാമ തായി നല്ലൊരു സൈന്യത്തെ നിലനിർത്താൻ മതിയായത്ര റവന്യൂ പിരിക്കാൻ കഴിയുന്ന രീതിയിലാണ് ശിവജി തന്റെ റവ ന്യൂവ്യവസ്ഥ നടപ്പിലാക്കിയിരുന്നത്. 1680 ൽ അദ്ദേഹം അന്തരിച്ചു.

ഗുരുനാനാക്കിന്റെ അനുയായികളാണ് സിഖുകാർ. 17-ാം നൂറ്റാ ണ്ടിൽ പഞ്ചാബിലെ പല പ്രദേശങ്ങളിലും സിഖുമതം പ്രചരിപ്പി ക്കപ്പെട്ടിരുന്നു. ഗുരുനാനാക്കിനെ തുടർന്ന് ഒൻപത് ഗുരുക്കന്മാ രുടെ ഒരു പരമ്പരതന്നെ ഉണ്ടായി. ഇതിൽ അഞ്ചാമത്തെ ഗുരു വായ അർജുൻദേവ് ജഹാംഗീറിന്റെ കാലഘട്ടത്തിൽ കൊല്ലപ്പെ ട്ടു. സിഖ് സമുദായത്തെ അടിച്ചമർത്താനുള്ള മുഗൾ ശ്രമങ്ങൾ ഈ മതത്തെ ഒരു രാഷ്ട്രീയ പ്രസ്ഥാനമാക്കി മാറ്റുന്നതിന് സഹാ യിച്ചു. ഇതേത്തുടർന്ന് ചെറിയ പ്രദേശങ്ങളിൽ അവർ ഭരണം കയ്യാ ളുകയും ചെയ്തു. ഒൻപതാമത്തെ ഗുരുവായ തേജ് ബഹാദൂറിനെ ഔറംഗസീബ് തൂക്കിക്കൊന്നതോടെ മുഗൾ-സിഖ് ശത്രുത കൂടുതൽ രൂക്ഷമായി. ഇതോടെ പത്താമത്തെ ഗുരുവായ ഗോവി ന്ദ്‌സിംഗിന്റെ നേതൃത്വത്തിൽ യുദ്ധസന്നദ്ധസംഘങ്ങളായ 'ഖൽസ' സംഘടിപ്പിക്കപ്പെട്ടു. സിഖ് സമുദായത്തിന്റെ ഇത്തരം നീക്കങ്ങൾ മുഗൾസാമ്രാജ്യത്തിന്റെ അധഃപതനത്തിനുള്ള ഒരു പ്രധാന കാര ണമായിരുന്നു. എന്നാൽ മറാത്തരെപ്പോലെ ഒരു രാജ്യം തങ്ങളു ടേതായി സൃഷ്ടിച്ചെടുക്കാൻ ഔറംഗസീബിന്റെ കാലത്ത് സിഖു കാർക്കായില്ല.

മുഗൾസാമ്രാജ്യം ഔറംഗസേബിനുശേഷം: 1707 ൽ ഔറംഗസേബ് മരിച്ചതിനെ തുടർന്ന് അധികാരത്തിനുവേണ്ടിയുള്ള ആഭ്യന്തരകലഹം മൂർച്ഛിച്ചു. ഇതിൽ വിജയിച്ചത് ബഹദൂർഷ ആയിരുന്നു. നാലുവർഷം

മാത്രം നീണ്ടുനിന്ന അദ്ദേഹത്തിന്റെ ഭരണകാലം കുഴപ്പങ്ങൾ നിറഞ്ഞ തായിരുന്നു. സിഖുകാരും മറാത്തരും നിരന്തരം പ്രശ്നങ്ങൾ സൃഷ്ടി ച്ചു. 1712 ൽ ബഹാദൂർഷ മരിച്ചതിനെ തുടർന്ന് വീണ്ടും ചില ദുർബല ഭരണാധികാരികൾ അധികാരത്തിലേറി. പിന്നീടെത്തിയ മുഹമ്മദ് ഷാ സാമ്രാജ്യത്തെ ഒന്നിപ്പിക്കാൻ ശ്രമിച്ചു. ഈ സമയത്ത് മറാത്തർ പേഷ്വാ സംവിധാനത്തിൻകീഴിൽ പുനഃസംഘടിപ്പിക്കപ്പെട്ടു. അവർ തങ്ങളുടെ സ്വാധീനം വടക്കേ ഇന്ത്യയിലേക്കു വ്യാപിപ്പിച്ചു. ഇക്കാലത്ത് പല മുഗൾ ഗവർണർമാരും പ്രത്യേകിച്ച് ഹൈദരാബാദ്, ബംഗാൾ, ആവധ് തുടങ്ങി യവ സ്വാതന്ത്ര്യം പ്രഖ്യാപിച്ചു. ഇതിനുപുറമെ വടക്കു പടിഞ്ഞാറ് നിന്ന് ആക്രമണങ്ങളെ നേരിടേണ്ടിയും വന്നു. ഇത്തരത്തിലുള്ള ഒന്നായിരുന്നു 1739 ലെ നാദിർ ഷയുടെ ആക്രമണം. പിന്നീട് നാദിർ ഷയുടെ ജനറലാ യിരുന്ന അഹമ്മദ് ഷാ അബ്ദാലിയും 1761 ൽ ആക്രമണം നടത്തി. അബ്ദാലിയും മറാത്തരും തമ്മിൽ നടന്ന ഈ മൂന്നാം പാനിപ്പത്ത് യുദ്ധ ത്തോടെ മറാത്തർ പൂർണമായും തകർന്നുപോയി. അങ്ങനെ മുഗൾ സാമ്രാജ്യം പൂർണ്ണമായും ദില്ലിക്ക് ചുറ്റുമുള്ള പ്രദേശങ്ങളിലേക്കു ചുരു ങ്ങി. 1857 വരെ മുഗൾചക്രവർത്തിമാർ പേരിനുമാത്രം ഭരണം തുടർന്നു.

മുഗളൻമാരും ഇന്ത്യൻ സമൂഹവും

ഇന്ത്യാചരിത്രത്തിലെ സുപ്രധാനമായൊരു ഏടായിരുന്നു മുഗൾ സാമ്രാജ്യകാലം. മൂന്ന് നൂറ്റാണ്ടോളം നിലനിന്ന ഈ ഭരണവംശം ഇന്ത്യാ ചരിത്രത്തിന്റെ ഗതിവിഗതികളെ വല്ലാതെ സ്വാധീനിച്ചു. സമൂഹത്തിന്റെ വിവിധ മേഖലകളിൽ നിർണായകമായ സ്വാധീനം ചെലുത്താൻ മുഗൾ ഭരണാധികാരികൾക്കു സാധിച്ചു.

സുശക്തമായൊരു ഭരണസംവിധാനം നിലനിർത്തിയ മുഗളന്മാരുടെ ഭരണക്രമം യഥാർത്ഥത്തിൽ ആവിഷ്കരിച്ചത് അക്ബറാണെന്നു പറ യാം. പ്രധാന നയപരിപാടികൾ ആവിഷ്കരിക്കുന്നതിനും പ്രജാക്ഷേമം നിറവേറ്റുന്നതിനും പൊതുവെ മുഗൾഭരണാധികാരികൾക്കു സാധിച്ചു. ഭരണസൗകര്യത്തിനായി രാഷ്ട്രത്തെ പ്രവിശ്യകളായി തിരിക്കുകയും സൈനികഭരണമായ മാൻസബ്ദാരി സമ്പ്രദായത്തിനു തുടക്കം കുറി ക്കുകയും ചെയ്ത അക്ബർ മുഗൾഭരണാധികാരികളിൽ തികച്ചും വ്യത്യ സ്തനായ വ്യക്തിയായിരുന്നു. നിലവിലുണ്ടായിരുന്ന നീതിന്യായ സംവി ധാനത്തിൽ കാലോചിതമായി പരിഷ്കാരങ്ങൾ വരുത്താനും അക്ബ റിനു സാധിച്ചു. വിവിധ മതങ്ങൾക്ക് ബാധകമായ നിയമങ്ങൾ വ്യാഖ്യാ നിച്ച് നീതിബോധത്തോടുകൂടിയാണ് ശിക്ഷകൾ നടപ്പിലാക്കിയിരുന്നത്.

അതുപോലെ തന്നെ മുഗൾകാലഘട്ടത്തെ സാമ്പത്തികസ്ഥിതി പൊതുവെ മെച്ചപ്പെട്ടതായിരുന്നു. വ്യാവസായിക പ്രവർത്തനമായിരുന്നു സാമ്പത്തിക സുസ്ഥിതിയുടെ ഒരു പ്രധാന കാരണം. ഒറീസയിലെയും ബംഗാളിലെയും ഗുജറാത്തിലെയും പല പട്ടണങ്ങളും വ്യാവസായിക

കേന്ദ്രങ്ങളായിരുന്നു. ഇക്കാലത്ത് ഏഷ്യയിലെ വിവിധ രാജ്യങ്ങളുമായി വ്യാപാരം സജീവമായി നിലനിർത്തിയിരുന്നു. മിതമായ നിരക്കിലുള്ള കയറ്റിറക്കുമതി നികുതിയാണ് ചുമത്തപ്പെട്ടിരുന്നത്. ഇംഗ്ലീഷുകാരുടെയും ഡച്ചുകാരുടെയും കടന്നുവരവ് വിദേശ വ്യാപാരത്തിനു ആക്കം കൂട്ടി.

ഒരു ഫ്യൂഡൽ വ്യവസ്ഥിതിയായിരുന്നു അന്ന് സമൂഹം അനുഭവി ച്ചുപോന്നത്. സമൂഹത്തിന്റെ ഏറ്റവും അടിത്തട്ടിൽ സാധാരണക്കാരും അതിനുമുകളിൽ കച്ചവടക്കാരായ ഇടത്തരക്കാരും അതിനുമുകളിൽ ആഢ്യരായ ഉദ്യോഗസ്ഥവർഗ്ഗവും പ്രഭുക്കളും ഏറ്റവും മുകളിൽ ചക്ര വർത്തി എന്നതുമായിരുന്നു സാമൂഹികശ്രേണി. ജാതിവ്യവസ്ഥ കർശ നമായി നിലനിന്നിരുന്നു. സാമൂഹ്യമായ പല ദുരാചാരങ്ങളും നിലനിന്നി രുന്നു. എന്നിരുന്നാലും അക്ബറെപ്പോലുള്ളവർ വച്ചുപുലർത്തിയ മത സാഹോദര്യം എടുത്തു പറയേണ്ടതാണ്. ദിൻ-ഇലാഹി എന്ന അക്ബ രുടെ ആശയം തന്നെ ഇതിന്റെ ഏറ്റവും നല്ല ഉദാഹരണമാണ്.

മുഗൾകാലഘട്ടത്തിലെ കാർഷിക പുരോഗതി ശ്രദ്ധേയമായിരുന്നു. കരിമ്പ്, നീലം, പുകയില, ബാർലി, പരുത്തി, ഗോതമ്പ്, നെല്ല് എന്നിവ യായിരുന്നു പ്രധാന വിളകൾ. അക്ബറാണ് കൃഷിക്ക് ഏറ്റവും കൂടു തൽ പ്രോത്സാഹനം നൽകിയത്. എന്നിരുന്നാലും കാർഷിക രീതിയിൽ വലിയ മാറ്റങ്ങൾ ഉണ്ടായില്ല. ഇക്കാലത്തുണ്ടായ ക്ഷാമവും പേമാരിയും കർഷകരുടെ ദുരിതം വർദ്ധിപ്പിച്ചു. പൊതുവെ പറഞ്ഞാൽ സാമാന്യജ നതയുടെ ജീവിതം ഒരു സുവർണകാലത്തിന്റെ സ്വഭാവമുൾക്കൊള്ളുന്ന തായിരുന്നില്ല. അവരുടെ വരുമാനം ശരാശരിയിലും താഴെയായിരുന്നു.

കലാസാഹിത്യ രംഗങ്ങളിലെ പുരോഗതിയായിരുന്നു മുഗളന്മാരുടെ മുഖമുദ്ര. മിക്ക മുഗൾ രാജാക്കന്മാരും കലാസാഹിത്യ മേഖലകളിൽ അത്യധികം താൽപ്പര്യമുള്ളവരായിരുന്നു. ബാബർ തന്നെ അനുഗൃഹീ തനായ ഒരു കവിയും ഗ്രന്ഥകാരനുമായിരുന്നു. ഹിന്ദി-പേർഷ്യൻ സാഹി ത്യങ്ങളുടെ സുവർണ്ണകാലമായിരുന്നു അക്ബറുടേത്. ജഹാംഗീറാകട്ടെ പെയിന്റിങ്ങിലായിരുന്നു ശ്രദ്ധ കേന്ദ്രീകരിച്ചത്. പ്രശസ്തരായ പല സാ ഹിത്യകാരന്മാരും സംഗീതജ്ഞരും ഈ കാലഘട്ടത്തിന്റെ സംഭാവന യായിരുന്നു. ശിൽപ്പകലയിൽ ഷാജഹാനോളം താൽപ്പര്യമുണ്ടായിരുന്ന ഒരു ഭരണാധികാരി ഇന്ത്യാചരിത്രത്തിൽ ഉണ്ടായിട്ടില്ല എന്നു പറയാം. ഹിന്ദു-മുസ്ലീം കലാപാരമ്പര്യത്തിന്റെ സമ്മിശ്രമായ അനുഭവങ്ങളാണ് ഇക്കാലത്തെ നിർമ്മിതികൾ പ്രദാനം ചെയ്യുന്നത്. മുഗൾ ഭരണാധികാ രികളുടെ കലോപാസനയ്ക്ക് അപവാദമായി നിന്നത് ഔറംഗസേബ് മാത്ര മായിരുന്നു. സാംസ്കാരിക വികാസത്തിന്റെ ഒരു കാലഘട്ടം കൂടിയായി രുന്നു മുഗൾ കാലഘട്ടം. സുസ്ഥാപിതമായൊരു വിദ്യാഭ്യാസ സമ്പ്രദായം ഉണ്ടായിരുന്നില്ലെങ്കിലും സംസ്കൃത പാഠശാലകളും നാട്ടുഭാഷാവിദ്യാ ലയങ്ങളും മഖ്ത്താബുകളും പ്രാഥമിക-സെക്കന്ററി വിദ്യാഭ്യാസത്തിന്റെ വാഹകരായി വർത്തിച്ചു.

ബാഹ്മനി–വിജയനഗര സാമ്രാജ്യങ്ങൾ

വടക്കേ ഇന്ത്യയിൽ മുഗൾഭരണം നിലനിൽക്കുമ്പോൾ തെക്കേ ഇന്ത്യയിൽ എടുത്തുപറയത്തക്ക രീതിയിൽ നിലനിന്നിരുന്ന രണ്ടു ഭരണവംശങ്ങളായിരുന്നു ബാഹ്മനി–വിജയനഗരസാമ്രാജ്യങ്ങൾ. പതിനഞ്ചാം നൂറ്റാണ്ടോടെ പുഷ്ടിപ്പെട്ട ബാഹ്മനി സാമ്രാജ്യത്തിന്റെ സമർത്ഥമായ ഭരണത്തിനു പിന്നിൽ പ്രവർത്തിച്ചത് മഹ്മൂദ് ഗവാൻ എന്ന മന്ത്രിയായിരുന്നു. ഇരുപത്തിയഞ്ചുവർഷക്കാലം അദ്ദേഹം ബുദ്ധിപൂർവ്വം ഭരണം നടത്തി. അദ്ദേഹത്തിന്റെ മരണത്തോടെ (1481) ബാഹ്മനി സുൽത്താൻമാർ വെല്ലുവിളികൾ നേരിടാൻ തുടങ്ങി. അവസാനം ബാഹ്മനി സാമ്രാജ്യം അഞ്ച് പുതിയ രാജ്യങ്ങളായി പിളർന്നു. ബീജാപ്പൂർ, ഗോൽക്കൊണ്ട, അഹമ്മദ്നഗർ, ബീദാർ, ബേറാർ എന്നിവയായിരുന്നു അവ.

ഗവാന്റെ മരണശേഷം ശക്തി പ്രാപിച്ച ഒന്നായിരുന്നു വിജയനഗരസാമ്രാജ്യം. ഈ വംശത്തിലെ ഏറ്റവും ശ്രദ്ധേയനായ ഭരണാധികാരി കൃഷ്ണദേവരായർ (1509–30) ആയിരുന്നു. റെയ്ച്ചൂർ സമതലം കീഴടക്കുകയും തന്റെ സൈന്യത്തെ ബാഹ്മനി സാമ്രാജ്യത്തിലേക്കു നയിക്കുകയും ചെയ്ത അദ്ദേഹം പശ്ചിമതീരത്തുള്ള എല്ലാ ഭരണാധികാരികളുമായി നല്ല ബന്ധമാണ് പുലർത്തിയിരുന്നത്. പശ്ചിമ ഏഷ്യയും തെക്കു കിഴക്കൻ ഏഷ്യയുമായി നല്ല വ്യാപാരബന്ധം പുലർത്തിയിരുന്ന അദ്ദേഹം കാർഷിക അഭിവൃദ്ധിക്കുവേണ്ടി അണക്കെട്ടുകളും മറ്റും നിർമ്മിച്ചു. 1530 ൽ ഇദ്ദേഹം മരിച്ചതോടെ സാമ്രാജ്യം ക്ഷയിച്ചുതുടങ്ങി. വടക്കൻ ഡക്കാനിലെ മൂന്നു രാജ്യങ്ങളായ ബീജാപ്പൂർ, ഗോൽക്കൊണ്ട, അഹമ്മദ്നഗർ എന്നിവ വിജയനഗരത്തിനെതിരെ പടയൊരുക്കം നടത്തി. 1565 ൽ നടന്ന തളിക്കോട്ടയുദ്ധത്തോടെ ഈ സാമ്രാജ്യം പൂർണമായും തകർന്നടിഞ്ഞു.

2

അധിനിവേശത്തിന്റെ വഴി

അനാദികാലം മുതൽക്കുതന്നെ ഇന്ത്യയ്ക്ക് പാശ്ചാത്യരാജ്യങ്ങ ളുമായി വ്യാപാരബന്ധം ഉണ്ടായിരുന്നു. ഏഴാം നൂറ്റാണ്ടു മുതൽ നമ്മുടെ സമുദ്രാന്തര വ്യാപാരത്തിന്റെ കടിഞ്ഞാ ൺ ഇന്ത്യൻ മഹാസമുദ്രത്തിലും ചെങ്ക ടലിലും ആധിപത്യം പുലർത്തിയിരുന്ന അറബികളുടെ കയ്യിലായി. പതിനഞ്ചാം നൂറ്റാണ്ടിന്റെ അന്തിമ ദശാബ്ദങ്ങളിൽ ലഭിച്ച ഭൂമിശാസ്ത്രപരമായ അറിവ് ലോകത്തിന്റെ വിഭിന്ന രാജ്യങ്ങൾ തമ്മി ലുള്ള വ്യാപാരബന്ധങ്ങളെ വളരെയേറെ സ്വാധീനിക്കുകയുണ്ടായി. 1453 ൽ തുർക്കി കൾ കോൺസ്റ്റാന്റിനോപ്പിൾ പിടിച്ചടക്കി യതോടെ കിഴക്കും പടിഞ്ഞാറും തമ്മി ലുള്ള വ്യാപാരത്തിന്റെ കരമാർഗ്ഗം അട യ്ക്കപ്പെട്ടു. ഇന്ത്യയിലേക്ക് ഒരു പുതിയ കടൽമാർഗ്ഗം തേടി പോർച്ചുഗലിലെ ലിസ്ബണിൽ നിന്നും പുറപ്പെട്ട വാസ്

വാസ്കോഡഗാമ

കോഡഗാമ എന്ന നാവികൻ 1498 മെയ് മാസത്തിൽ കോഴിക്കോട്ടെ കാപ്പാട് കപ്പലിറങ്ങിയതോടെ ഇന്ത്യയും പാശ്ചാത്യരാജ്യങ്ങളും തമ്മി ലുള്ള ബന്ധത്തിന് ഒരു പുതിയ മാനം കൈവന്നു.

പോർച്ചുഗീസുകാർ: കോഴിക്കോട്ടെത്തിയ ഗാമ അവിടത്തെ ഭരണാ ധികാരിയായ സാമൂതിരിയുമായി വ്യാപാരബന്ധത്തിലേർപ്പെട്ടു. ഗാമയെ തുടർന്ന് പെഡ്രോ അൽവാരിസ് കബ്രാളും പിന്നീട് അൽഫോൺസോ ഡി അൽബുക്കർക്കും ഇവിടെ വന്നെത്തി. ഇന്ത്യയിലെ പോർച്ചുഗീസ്

അധീശത്വത്തിന് അടിസ്ഥാനമിട്ടത് ഇദ്ദേ ഹമായിരുന്നു. സുശക്തങ്ങളായ നിരവ ധി കോട്ടകൾ സ്ഥാപിക്കുകയും തദ്ദേശീ യരായ നിരവധി ഭരണാധികാരികളെ പരാജയപ്പെടുത്തുകയും ചെയ്ത പോർ ച്ചുഗീസുകാർ ദിയു, ദാമൻ, ഗോവ, ബോം ബെ, മദ്രാസിനടുത്തുള്ള സാന്തോം, പശ്ചിമബംഗാളിലെ ഹുഗ്ലി എന്നിവിടങ്ങ ളിൽ കുടിയേറ്റ കേന്ദ്രങ്ങൾ സ്ഥാപിച്ചു. എന്നാൽ കാലക്രമത്തിൽ ഇവ പലതും അവർക്ക് നഷ്ടമായി. 1961 ലാണ് ഗോവ അവർ ഇന്ത്യാ ഗവൺമെന്റിന് വിട്ടുകൊ ടുത്തത്.

അൽഫോൺസോ
ഡി അൽബുക്കർക്ക്

ഡച്ചുകാർ: 1602 ലാണ് ഡച്ച് ഈസ്റ്റിന്ത്യാ കമ്പനി രൂപംകൊള്ളു ന്നത്. ഗുജറാത്തിലും ഒറീസയിലും ബംഗാളിലും ബീഹാറിലും തങ്ങ ളുടെ ഫാക്ടറികൾ സ്ഥാപിച്ച ഡച്ചുകാർ സുഗന്ധവ്യഞ്ജന വ്യാപാര ത്തിന്റെ കുത്തകതന്നെ പുലർത്തിപ്പോന്നിരുന്നു. കിഴക്കൻ തീരപ്രദേ ശത്തെ അവരുടെ പ്രധാന ആസ്ഥാനം നാഗപട്ടണം ആയിരുന്നു. 17–ാം നൂറ്റാണ്ടിൽ ഇംഗ്ലീഷുകാരുമായി ശക്തമായ വ്യാപാരബബന്ധത്തി ലേർപ്പെട്ട ഡച്ചുകാർ ഒരു മെച്ചപ്പെട്ട നാവികശക്തിയായിരുന്നു.

ഇംഗ്ലീഷുകാർ: പൂർവ്വദേശത്ത് വ്യാപാരം ലക്ഷ്യം വച്ചുകൊണ്ട് രൂപംകൊണ്ട ഇംഗ്ലീഷ് ഈസ്റ്റിന്ത്യാ കമ്പനിക്ക് അതിനുള്ള അനുവാദം എലിസബത്ത് രാജ്ഞിയിൽ നിന്നും ലഭിക്കുന്നത് 1600 ലാണ്. ഇന്ത്യ യിൽ തങ്ങളുടെ പാണ്ടികശാല സ്ഥാപിക്കുന്നതിനുള്ള ആദ്യശ്രമം അവർ നടത്തിയത് 1608 ൽ ക്യാപ്റ്റൻ ഹോകിൻസിനെ ജഹാംഗീറിന്റെ സദസി ലേക്ക് അയച്ചുകൊണ്ടായിരുന്നു. പിന്നീട് 1615 ൽ സർ തോമസ് റോ എത്തി. അങ്ങനെ അവർ അവരുടെ ആദ്യഫാക്ടറി സൂറത്തിൽ പണികഴിപ്പി ച്ചു. ക്രമേണ ആഗ്ര, അഹമ്മദാബാദ്, ബ്രോച്ച്, മദ്രാസ്, ബോംബെ, മസുലി പട്ടണം, ഹുഗ്ലി എന്നിവിടങ്ങളിൽ തങ്ങ ളുടെ ആധിപത്യം ഉറപ്പിച്ചു. പോർച്ചു ഗീസ്, ഡച്ചു വ്യാപാരത്തിന് കനത്ത പ്രഹരമേൽപ്പിച്ചുകൊണ്ട് ഇംഗ്ലീഷ് കമ്പനി വ്യാപാരാധിപത്യം പുലർത്തി. അതോടൊപ്പം തന്നെ ഇന്ത്യയിൽ ഒരു രാഷ്ട്രീയശക്തിയായി ഉയരുകയും ചെയ്തു.

ക്യാപ്റ്റൻ ഹോക്കിൻസ്

ഫ്രഞ്ചുകാർ: 1664 ലാണ് ഫ്രഞ്ച് ഈസ്റ്റിന്ത്യാ കമ്പനി രൂപംകൊള്ളു ന്നത്. ഇന്ത്യയിലെ ആദ്യ ഫ്രഞ്ചുപാണ്ടികശാല 1668 ൽ സൂറ്റിൽ സ്ഥാപി തമായി. പിന്നീട് പോണ്ടിച്ചേരി, യാനം, കാരയ്ക്കൽ, മാഹി, സാന്തോം തുടങ്ങിയ പ്രദേശങ്ങളിലേക്ക് തങ്ങളുടെ ആധിപത്യം വ്യാപിപ്പിച്ചു. 1742 നു ശേഷം വ്യാപാര താൽപ്പര്യങ്ങൾക്കുപരിയായി രാഷ്ട്രീയ താൽപര്യ ങ്ങളും അവർ വച്ചുപുലർത്താൻ തുടങ്ങി. ഇത് ഇംഗ്ലീഷ്-ഫ്രഞ്ച് സംഘർഷങ്ങൾക്കു പലപ്പോഴും വഴിതെളിച്ചു.

വ്യാപാരത്തിൽ നിന്നും അധികാരത്തിലേക്ക്

1740 മുതൽ 1765 വരെയുള്ള കാലഘട്ടം ഇന്ത്യയിലെ ഇംഗ്ലീഷുകാരെ സംബന്ധിച്ചിടത്തോളം ആധിപത്യത്തിനുവേണ്ടിയുള്ള ആദ്യകാല പോരാ ട്ടങ്ങളുടെ സമയമായിരുന്നു. ഇംഗ്ലീഷുകാരെ സംബന്ധിച്ചിടത്തോളം ഇന്ത്യയിലെ അവരുടെ ഏറ്റവും പ്രധാനപ്പെട്ട എതിരാളികൾ ഫ്രഞ്ചുകാ രായിരുന്നു. ഈ ശത്രുക്കളുടെ പര്യവസാനമായിരുന്നു കർണാട്ടിക് യുദ്ധ ങ്ങൾ. മൂന്ന് കർണാട്ടിക് യുദ്ധങ്ങളാണ് ഇംഗ്ലീഷുകാരും ഫ്രഞ്ചുകാരും ആധിപത്യത്തിനുവേണ്ടി നടത്തിയത്. ഈ യുദ്ധങ്ങളുടെയൊക്കെ പിന്നിൽ പ്രവർത്തിച്ച ഒരു പ്രധാനഘടകം യൂറോപ്പിൽ ഇംഗ്ലണ്ടും ഫ്രാൻസും വച്ചുപുലർത്തിയ ശത്രുതാമനോഭാവമായിരുന്നു. അങ്ങനെ ഒന്നും രണ്ടും മൂന്നും കർണാട്ടിക് യുദ്ധങ്ങളോടെ ഫ്രഞ്ച് ശക്തി ക്ഷയി ക്കുകയും ഇംഗ്ലീഷുകാർ ചോദ്യം ചെയ്യപ്പെടാനാവാത്ത വിദേശശക്തി യായി മാറുകയും ചെയ്തു.

പ്ലാസിയും ബക്സാറും: 18-ാം നൂറ്റാണ്ടിന്റെ രണ്ടാം പകുതിയിൽ ഇന്ത്യയിൽ ബ്രിട്ടീഷാധിപത്യത്തിന് അടിസ്ഥാനശില പാകിയ യുദ്ധമാ യിരുന്നു 1757 ലെ പ്ലാസിയുദ്ധം. മുഗൾ പ്രവിശ്യകളിൽ വച്ച് ഏറ്റവും സമ്പന്ന മായ ബംഗാളിലെ നവാബായിരുന്ന സിറാജ്-ഉദ്-ദൗളയെയാണ് റോബർട്ട് ക്ലൈവിന്റെ നേതൃത്വത്തിലുള്ള ഇംഗ്ലീ ഷ്കമ്പനി സൈന്യം ചതിയിലൂടെ പരാ ജയപ്പെടുത്തിയത്. 1757 ജൂൺ 23 നു നടന്ന ഈ യുദ്ധം ബ്രിട്ടീഷ് ശക്തി യുടെ ആധിപത്യം ഇന്ത്യയിൽ ഉറപ്പി ക്കുന്നതിനു കാരണമായി. ഇതേ തുടർന്ന് മിർജാഫറിനെയും പിന്നീട് മിർകാസിമിനെയും ബംഗാളിന്റെ ഭരണം ഏൽപ്പിച്ച ഈസ്റ്റിന്ത്യാകമ്പനി തങ്ങളുടെ വ്യാപാര താൽപ്പര്യങ്ങൾ സംരക്ഷിക്കുന്നതിനുവേണ്ട നടപടി കൾ കൈക്കൊണ്ടു. ഇതിനെതിരെ

സിറാജ്-ഉദ്-ദൗള

തിരിഞ്ഞ മിർകാസിമിനെയും സംഘ ത്തെയും 1764 ൽ ബക്സാറിൽ വച്ചു പരാജയപ്പെടുത്തികൊണ്ട് ഈസ്റ്റിന്ത്യാ കമ്പനി ബംഗാൾ, ബീഹാർ, ഒറീസ എന്നിവയുടെ മേൽ പൂർണ്ണമായ അധി കാരം സ്ഥാപിച്ചു.

ഇതേത്തുടർന്ന് ബംഗാളിലെ അര ക്ഷിതമായ രാഷ്ട്രീയ വ്യവസ്ഥ മുത ലെടുത്തുകൊണ്ട് കമ്പനി അവിടെ 'ദ്വിഭരണം' ഏർപ്പെടുത്തി. അങ്ങനെ അധികാരക്കുത്തക സ്വന്തമാക്കിയ കമ്പനിയുടെ ഭരണത്തിലെ പ്രശ്നങ്ങ ളാണ് 1770 ലെ ബംഗാൾ ക്ഷാമത്തിന് വഴിതെളിച്ചത്. ബംഗാളിലെ പരമ്പരാ

റോബർട്ട് ക്ലൈവ്

ഗത വ്യവസായങ്ങളെയും കാർഷികമേഖലയെയും തകർത്ത് കമ്പനി വൻചൂഷണമാണ് അവിടെ നടത്തിയത്.

ചില സാമ്രാജ്യത്വ തന്ത്രങ്ങൾ: വ്യാപാരാധിപത്യം രാഷ്ട്രീയാധി പത്യത്തിന് വഴിതെളിച്ചപ്പോൾ ഇന്ത്യൻ ഭരണം കയ്യാളുന്നതിനുവേണ്ടി വിവിധ കാലഘട്ടങ്ങളിലായി നിരവധി ഗവർണർ ജനറൽമാർ ഇന്ത്യയി ലെത്തി. ഇങ്ങനെയെത്തിയ ആദ്യ വ്യക്തിയായിരുന്നു വാറൻഹേസ്റ്റിങ്സ്. സാമ്രാജ്യവികസനത്തിനുവേണ്ടി ആർത്തിപിടിച്ചു നടന്ന കമ്പനിശക്തി ഇന്ത്യയെ അക്ഷരാർത്ഥത്തിൽ യുദ്ധക്കളമാക്കി മാറ്റിയെന്നു പറയാം.

ഇന്ത്യയിലെ ചെറുകിട ഭരണാധികാരി കളെ ഒന്നുകിൽ തങ്ങളുടെ സാമ ന്തൻമാരാക്കുകയോ അല്ലെങ്കിൽ യുദ്ധം ചെയ്തു തോൽപ്പിക്കുകയോ ചെയ്തു. ഇതിന് ഏറ്റവും നല്ല ഉദാഹ രണമായിരുന്നു ആംഗ്ലോ-മൈസൂർ യുദ്ധങ്ങളും ആംഗ്ലോ-മറാത്താ യുദ്ധ ങ്ങളും. 1776 ലും 1781 ലും ഇംഗ്ലീഷു കാരും മൈസൂർ ഭരണാധികാരിയായ ഹൈദരും തമ്മിൽ ഏറ്റുമുട്ടി. 1782 ൽ ഹൈദർ അന്തരിച്ചതിനെത്തുടർന്ന് അദ്ദേഹത്തിന്റെ പുത്രനായ ടിപ്പു സുൽത്താൻ മൈസൂറിന്റെ ഭരണം ഏറ്റെടുത്തു; ഒപ്പം യുദ്ധവും. 1784 ൽ ടിപ്പുവുമായി ഇംഗ്ലീഷുകാർ ഒരു ഉടമ്പടി ഉണ്ടാക്കിയെങ്കിലും ഒരു അവസരത്തി നായി അവർ കാത്തിരുന്നു. ഇതിനെ

ടിപ്പു സുൽത്താൻ

ത്തുടർന്ന് 1799 ൽ വീണ്ടും ഒരു യുദ്ധം പൊട്ടിപ്പുറപ്പെട്ടു. ഈ യുദ്ധ ത്തിൽ ടിപ്പു പരാജയപ്പെട്ടു. 1799 മെയ് നാലിന് ടിപ്പു കൊല്ലപ്പെട്ടു. അങ്ങനെ മൈസൂർ ബ്രിട്ടീഷാധിപത്യത്തിലായി.

സൈനികസഹായ വ്യവസ്ഥയും ദത്തവകാശ നിരോധനനിയ മവും: സാമ്രാജ്യ വികസനത്തിന് വെല്ലസ്ലിപ്രഭു നടപ്പിലാക്കിയ മറ്റൊരു തന്ത്രമായിരുന്നു സൈനികസഹായ വ്യവസ്ഥ. ഈ സമ്പ്രദായപ്രകാരം സഖ്യത്തിൽ ചേരുന്ന രാജ്യം സ്വന്തം ചെലവിൽ ബ്രിട്ടീഷ് സൈന്യത്തെ നിലനിർത്തുകയും ഒരു ബ്രിട്ടീഷ് റസി ഡന്റിനെ തന്റെ രാജ്യത്ത് താമസിപ്പി ക്കുകയും അതോടൊപ്പം കമ്പനി യുടെ മേൽക്കോയ്മ അംഗീകരിക്കു കയും വേണം. ആ രാജ്യത്തിന്റെ വിദേശബന്ധങ്ങൾ തീരുമാനിക്കു ന്നതും ഇംഗ്ലീഷുകാരായിരിക്കും. ഇതി നുപകരമായി ആഭ്യന്തരവും ബാഹ്യ വുമായ ഭീഷണികൾ ഇംഗ്ലീഷ് സൈന്യം നേരിട്ടുകൊള്ളാമെന്ന് ഉറ പ്പുനൽകി. ഈ ഉടമ്പടിയിലൂടെ പല രാജ്യങ്ങൾക്കും തങ്ങളുടെ പരമാധി

വെല്ലസ്ലി പ്രഭു

കാരം നഷ്ടമായി. ഇങ്ങനെ കമ്പനിയുടെ അധീശത്വത്തിൽ വന്ന ചില രാജ്യങ്ങളായിരുന്നു ഹൈദരാബാദ്, അവധ്, കർണാട്ടിക് തുടങ്ങിയവ.

1848ൽ ഇന്ത്യയിൽ ഗവർണർ ജനറാലായി എത്തിയ ഡെൽഹൗസി നടപ്പിലാക്കിയ മറ്റൊരു സാമ്രാജ്യവി കസന പദ്ധതിയായിരുന്നു ദത്തവകാ ശനിരോധന നിയമം. ഇന്ത്യയിലെ നാട്ടുരാജ്യങ്ങളെ ഉന്മൂലനം ചെയ്യുക എന്ന ലക്ഷ്യത്തോടെ ഇവിടെ എ ത്തിയ അദ്ദേഹം യഥാർഥ പിൻഗാ മികളില്ലാത്ത നാട്ടുരാജ്യങ്ങൾ അധി കാരം നിലനിർത്താനായി പിൻഗാമി കളെ ദത്തെടുക്കുന്നതു തടഞ്ഞു. ഇങ്ങനെ അദ്ദേഹം ബ്രിട്ടീഷ് ഇന്ത്യ യോടു ചേർത്ത സ്ഥലങ്ങളായിരുന്നു സത്താറ, ജയ്പൂർ, സാംബൽപൂർ, ഭഗത്, ഉദയ്പൂർ, ഝാൻസി, നാഗ്പൂർ തുടങ്ങിയവ.

ഡെൽഹൗസി പ്രഭു

**ബ്രിട്ടീഷ് നയത്തിന്റെ സ്വാധീനം ഇന്ത്യൻ സാമ്പത്തികമേഖല
യിൽ :** 1600 മുതൽ 1757 വരെ ഇംഗ്ലീഷ് ഈസ്റ്റിന്ത്യാ കമ്പനി ഒരു വ്യാപാ
രസ്ഥാപനം മാത്രമായിരുന്നു. എന്നാൽ പ്ലാസിയുദ്ധത്തിനുശേഷം കമ്പ
നിയുടെ സ്വഭാവത്തിൽ മാറ്റം വന്നു. ബ്രിട്ടീഷ് വ്യവസായത്തിന്റെ താൽപ്പ
ര്യങ്ങൾ കാത്തുസൂക്ഷിച്ചുകൊണ്ട് ചൂഷണം ഒരു മുഖ്യ ഉപാധിയാക്കി
കോളനിവൽക്കരണത്തിനു തുടക്കം കുറിക്കാൻ അവർ തയ്യാറായി.
ഇന്ത്യൻ വ്യാപാര-നിർമ്മാണമേഖലകളിൽ കുത്തകാധിപത്യം
പുലർത്തുകയും ഇന്ത്യയിലെ പരമ്പരാഗത വ്യവസായങ്ങളെ തകർക്കു
കയും ചെയ്യുന്ന ഒരു നയമാണ് അവർ വച്ചുപുലർത്തിയത്. കമ്പനി തങ്ങ
ളുടെ രാഷ്ട്രീയാധികാരം ഉപയോഗിച്ചുകെണ്ട് തൊഴിലാളികളെ പീഡി
പ്പിക്കുകയും കുറഞ്ഞകൂലിക്ക് കമ്പനിക്കുവേണ്ടി പണിയെടുക്കാൻ പ്രേരി
പ്പിക്കുകയും ചെയ്തു. കുറഞ്ഞ വിലയ്ക്ക് അസംസ്കൃത വസ്തുക്കൾ
ശേഖരിച്ചുകൊണ്ടും ഇന്ത്യൻ സാധനങ്ങൾക്ക് കനത്ത നികുതി ചുമ
ത്തിക്കൊണ്ടും ഇന്ത്യൻ വ്യവസായങ്ങളെ തകർത്തു. പരുത്തി വ്യവസാ
യമായിരുന്നു ഇത്തരത്തിൽ തകർന്ന പ്രധാനപ്പെട്ട ഒരിനം.

പതിനെട്ടാം നൂറ്റാണ്ടിന്റെ രണ്ടാം പകുതിയിൽ ബ്രിട്ടനിൽ തുടക്കം
കുറിച്ച വ്യവസായ വിപ്ലവത്തിന്റെ അനന്തരഫലമായിരുന്നു ഈ ചൂഷ
ണവും കോളനിവൽക്കരണവും. വ്യവസായ വിപ്ലവത്തെത്തുടർന്ന് മുത
ലാളിമാരെന്നും തൊഴിലാളികളെന്നും രണ്ട് വിഭാഗങ്ങൾ ബ്രിട്ടീഷ് സമൂ
ഹത്തിൽ ഉണ്ടായി. നിത്യദാരിദ്ര്യത്തിലും അരക്ഷിതാവസ്ഥയിലും കഴി
ഞ്ഞിരുന്ന തൊഴിലാളികളെ ചൂഷണം ചെയ്താണ് മുതലാളിവിഭാഗം
വളർന്നുവന്നത്. ഈ മുതലാളിവർഗത്തിന്റെ താൽപ്പര്യങ്ങളാണ് ഇന്ത്യൻ
മണ്ണിൽ ഈസ്റ്റിന്ത്യാകമ്പനി സംരക്ഷിച്ചുപോന്നത്. അങ്ങനെ കാർഷിക
രാജ്യമായ ഇന്ത്യയെ അക്ഷരാർത്ഥത്തിൽ ഇംഗ്ലണ്ടിന്റെ സാമ്പത്തിക
സാമ്രാജ്യമാക്കി മാറ്റാനുള്ള പ്രാരംഭ പ്രവർത്തനങ്ങളാണ് കമ്പനിയിലൂടെ
നടന്നത്.

ഇന്ത്യയിൽ അടിച്ചേൽപ്പിക്കപ്പെട്ട സ്വതന്ത്രവ്യാപാരം ഏകപക്ഷീ
യവും തീർത്തും വിവേചനപരവുമായിരുന്നു. ഇന്ത്യയുടെ കവാടങ്ങൾ
വിദേശവിപണിക്കുവേണ്ടി തുറന്നിടുകയും ഇന്ത്യൻ ഉൽപ്പന്നങ്ങൾക്ക്
ബ്രിട്ടനിൽ കനത്ത നിയന്ത്രണം ഏർപ്പെടുത്തുകയും ചെയ്തു. അങ്ങനെ
നിർമ്മിതോൽപ്പനങ്ങൾ കയറ്റുമതി ചെയ്യാനാവാതെ ഇന്ത്യ ബ്രിട്ടീഷ് വ്യവ
സായത്തിനാവശ്യമായ അസംസ്കൃത വസ്തുക്കൾ മാത്രം ഉൽപ്പാദിപ്പി
ക്കുന്ന ഒരു മേഖലയായി മാറി. അതോടൊപ്പം ബ്രിട്ടനിൽ ദൗർലഭ്യം അനു
ഭവപ്പെട്ടിരുന്ന നീലം, തേയില, ഭക്ഷ്യധാന്യങ്ങൾ എന്നിവ തുച്ഛമായ
വിലയ്ക്ക് ഇന്ത്യയിൽ നിന്നും കയറ്റുമതി ചെയ്യേണ്ടിവന്നു.

കമ്പനി ഭരണം തുടർന്നതിനോടൊപ്പം തന്നെ ഇന്ത്യയിൽ നിന്നും
സമ്പത്ത് കൊള്ളയടിക്കുന്നത് നിർബാധം തുടർന്നുകൊണ്ടിരുന്നു.
കമ്പനി ജീവനക്കാർ കമ്പനിയുടെ പേരിലും വ്യക്തിപരമായും വൻസ
മ്പത്ത് കടത്തിക്കൊണ്ടുപോകാൻ തുടങ്ങിയത് 1757നു ശേഷമാണ്. ആദ്യ

കാലത്ത് രാജാക്കന്മാർ, ജന്മിമാർ, വ്യാപാരികൾ എന്നിവരിൽ നിന്നാ യിരുന്നു ധനം വസൂലാക്കിയിരുന്ന തെങ്കിൽ ക്രമേണ അവർ സാധാ രണക്കാരുടെ നേരെയും തിരിഞ്ഞു. 1758 നും 1765 നും ഇടയിൽ ഏക ദേശം 60 ലക്ഷം പൗണ്ടിന്റെ മുതൽ അവർ ബ്രിട്ടനിലെത്തിച്ചു. അതോടൊപ്പം 40 ലക്ഷം പൗണ്ട് വിലവരുന്ന ചരക്കുകൾ (ഇത് ബംഗാളിന്റെ അറ്റാദായത്തിന്റെ 33% വരും) ബ്രിട്ടനിലേക്കു കയറ്റു മതി ചെയ്തു. 18–ാം നൂറ്റാണ്ടിന്റെ അന്ത്യമായപ്പോഴേക്കും ഇന്ത്യ യുടെ ദേശീയ വരുമാനത്തിന്റെ ഒൻപതുശതമാനം ഇങ്ങനെ ഇംഗ്ല ണ്ടിലേക്ക് ഒഴുകിപ്പോയി. ഇംഗ്ലീഷ് ഉദ്യോഗസ്ഥരുടെ ശമ്പളവും

ദാദാഭായ് നവരോജി

ഇംഗ്ലീഷ് വ്യാപാരികളുടെ ലാഭവും കൂടി കൂട്ടിയാൽ പണച്ചോർച്ച ഇതിലും കൂടുതലാവും.

ഇന്ത്യയിൽ അടിക്കടിയുണ്ടായ ക്ഷാമത്തിനും പട്ടിണിക്കും കാരണം ഈ പണച്ചോർച്ചയായിരുന്നുവെന്ന് സാമ്പത്തിക വിദഗ്ധരായ ദാദാബായ് നവരോജിയും ആർ സി ദത്തും പിന്നീട് കണ്ടെത്തുകയുണ്ടായി.

കർഷകന്റെ നട്ടെല്ലൊടിച്ച ഭൂനികുതി സമ്പ്രദായം: തങ്ങളുടെ ജീവനക്കാർക്കു ശമ്പളം നൽകുന്നതിനും കൂടുതൽ പ്രദേശങ്ങൾ കയ്യട ക്കുന്നതിനുമായി കൂടുതൽ പണം ആവശ്യമായി വന്നപ്പോൾ ഇംഗ്ലീഷു കാർ ഭൂനികുതി വ്യവസ്ഥയിൽ കാര്യമായ മാറ്റങ്ങൾ വരുത്തി. ഈ മാറ്റം ഇന്ത്യൻ കർഷകന്റെ നട്ടെല്ലൊടിക്കുന്ന ഒരു നടപടിയായിരുന്നു. അങ്ങ നെയാണ് സെമിന്ദാരി സമ്പ്രദായവും റയ്ത്വാരി സമ്പ്രദായവും മഗൽവാ രിയുമൊക്കെ ഉടലെടുത്തത്. 1793 ൽ കോൺവാലിസ് പ്രഭു ബംഗാൾ, ബീഹാർ, ഒറീസ എന്നിവിടങ്ങളിൽ നടപ്പിലാക്കിയ സെമിന്ദാരി സമ്പ്രദാ യം, പഴയകാല സെമീന്ദാർമാരെ മണ്ണിന്റെ യജമാനന്മാർ ആക്കിത്തീർക്കു ന്നതിന് സഹായകരമായി. തൻമൂലം മണ്ണിൽ പണിയെടുക്കുന്നവന്റെ അവ കാശങ്ങൾ തിരസ്കരിക്കപ്പെടുകയും അവർ കേവലം കുടികിടപ്പുകാരായി മാറ്റപ്പെടുകയും ചെയ്തു. തോമസ് മാൻറോയും അലക്സാണ്ടർ റീഡും തെക്കേ ഇന്ത്യയിൽ നടപ്പിലാക്കിയ റയത്വാരി സമ്പ്രദായത്തിന്റെ ഗതിയും മറിച്ചായിരുന്നില്ല. ഇത് കർഷകന് ഉടമസ്ഥാവകാശം സ്ഥാപി ച്ചുകൊടുത്തില്ല എന്നു മാത്രവുമല്ല സെമീന്ദാർമാരെക്കാളിലും കഷ്ടമാണ് ഭരിക്കുന്ന സർക്കാരെന്ന കാര്യം കർഷകൻ തിരിച്ചറിയുകയും ചെയ്തു.

ഗംഗയുടെ താഴ്‌വരയിലും വടക്കുപടിഞ്ഞാറൻ പ്രവിശ്യകളിലും, മദ്ധ്യേ
ന്ത്യയുടെ ചില ഭാഗങ്ങളിലുമാണ് മഹൽവാരി സമ്പ്രദായം നടപ്പിലാക്കി
യത്. ഈ സമ്പ്രദായത്തിൽ ഗ്രാമത്തലവനെന്ന് അവകാശപ്പെടുന്ന
ജന്മിയോ വസ്തുക്കളുടെ അധിപനെന്ന് അറിയപ്പെടുന്ന കുടുംബനാ
ഥനോ ആയിരുന്നു കരം പിരിച്ചിരുന്നത്. ഇങ്ങനെ മൊത്തത്തിൽ വിലയി
രുത്തുമ്പോൾ ഇന്ത്യൻ ഗ്രാമങ്ങളുടെയും സാമ്പത്തിക വ്യവസ്ഥയുടെയും
നട്ടെല്ലൊടിക്കാനേ ഈ സമ്പ്രദായങ്ങൾക്കു സാധിച്ചുള്ളു.

അവർ പാളമിടുമ്പോൾ: ഗതാഗത വാർത്താവിനിമയ സമ്പ്രദായ
ങ്ങൾ പൊതുവെ അപരിഷ്കൃതമായിരുന്ന ഒരു കാലത്താണ് ബ്രിട്ടീഷു
കാർ ഇവിടെ റോഡുകളും റെയിൽവേയും ടെലഗ്രാഫുമൊക്കെ കൊണ്ടു
വരുന്നത്. ഇന്ത്യയെ പരിഷ്കൃതമാക്കാൻ ഈ നടപടികൾ സഹായിച്ച
ുവെന്നൊരു വാദം പരക്കെ ഉണ്ടെങ്കിലും അത്തരം നടപടികൾക്കു പിന്നി
ലുണ്ടായിരുന്ന സാമ്രാജ്യത്വമോഹങ്ങൾ കണ്ടില്ലെന്ന് നടിക്കാനാവില്ല.
തങ്ങളുടെ അധികാരം നിലനിർത്തുന്നതിനും രാജ്യത്തിന്റെ വിവിധ ഭാഗ
ങ്ങളിലുള്ള സാമ്പത്തിക വിഭവങ്ങൾ ചൂഷണം ചെയ്യുന്നതിനും ഗതാഗ
തസംവിധാനങ്ങൾ അത്യന്താപേക്ഷിതമാണെന്ന തിരിച്ചറിവാണ് അവരെ
ഇതിനു പ്രേരിപ്പിച്ചത്. ഇന്ത്യയുടെ ഉൾനാടുകളിലെ ചൂഷണം ചെയ്യപ്പെ
ടാത്ത വിഭവ ശേഖരത്തിലേക്ക് വഴി തുറക്കുന്നതിന് റെയിൽവെ സഹാ
യകരമാവുമെന്ന് അവർ മനസ്സിലാക്കി. തങ്ങളുടെ പക്കലെുള്ള അധികമു
ലധനം ഇന്ത്യയിൽ റയിൽവെ വികസനത്തിനുവേണ്ടി മുടക്കുന്നതാണ്
ലാഭകരമെന്ന് ബ്രിട്ടീഷ് ബാങ്കുകളും നിക്ഷേപകരും കരുതിയതിന്റെ ഫല
മാണ് ഇന്ത്യയിലെ റയിൽവെ വികസനം. അതോടൊപ്പം തന്നെ ആഭ്യ
ന്തരകലാപമോ വിദേശാക്രമണമോ ഉണ്ടായാൽ വൻതോതിൽ
സൈന്യത്തെ രാജ്യത്തെ വിവിധ ഭാഗങ്ങളിൽ എത്തിക്കുന്നതിനും രാജ്യ
ത്തിന്റെ നിയന്ത്രണം നഷ്ടപ്പെടാതെ നിലനിർത്താൻ സഹായിക്കുമെന്ന
തിരിച്ചറിവ് കൂടിയാണ് 1853 ഇന്ത്യയിൽ റയിൽവേക്കും (ബോംബെ മുതൽ
താനെ വരെ) ടെലഗ്രാഫ് സംവിധാനത്തിനും (കൽക്കത്ത മുതൽ ആഗ്ര
വരെ) തുടക്കം കുറിക്കാൻ അവരെ പ്രേരിപ്പിച്ച ഘടകം. ഇത്തരത്തിൽ
ഇന്ത്യയിൽ മുതൽമുടക്കിയ ഇംഗ്ലീഷ് നിക്ഷേപകർക്ക് അവരുടെ നിക്ഷേ
പങ്ങൾക്ക് അഞ്ചുശതമാനം പലിശയാണ് സർക്കാർ വാഗ്ദാനം ചെയ്തത്.
എന്നാൽ ബ്രിട്ടനിൽ അന്ന് നിലനിന്നിരുന്നത് 3% പലിശമാത്രമായിരുന്നു!

പുതുചിന്തകൾ; പുതുചലനങ്ങൾ

അഭുതപൂർവ്വമായ ബൗദ്ധിക-സാംസ്കാരിക ചലനങ്ങളുടെ കാല
മായിരുന്നു പത്തൊൻപതാം നൂറ്റാണ്ടിന്റെ പൂർവ്വാർദ്ധം. ആധുനിക പാശ്ചാ
ത്യസംസ്കാരത്തിന്റെ സ്വാധീനവും വിദേശികൾ സൃഷ്ടിച്ച പരാജയ
ബോധവും ഇന്ത്യയിൽ പുതിയൊരു ബൗദ്ധിക ഉണർവ്വിനു കാരണമാ
യി. പാശ്ചാത്യ യുക്തിചിന്തയും ശാസ്ത്രവും ഇംഗ്ലീഷ് വിദ്യാഭ്യാസ
ത്തിന്റെ സ്വാധീനവുമാണ് ഇതിന് വഴിയൊരുക്കിയത്. ഹിന്ദുമതത്തിലും

സമൂഹത്തിന്റെ വിവിധ വിഭാഗ
ങ്ങൾക്കിടയിലും നിലനിന്നിരുന്ന
അനാചാരങ്ങളെയും അന്ധവിശ്വാസ
ങ്ങളെയും ഇല്ലാതാക്കുന്നതിന് ഈ
ഉണർവ് കാരണമായി.

ആധുനിക ഇന്ത്യയിലെ ആദ്യ
ത്തെ മഹാനായ നേതാവ് എന്നു
വിശേഷിപ്പിക്കാവുന്ന റാംമോഹൻ
റോയിയിൽ നിന്നാണ് സാമൂഹികോ
ദ്ധാരണത്തിനു തുടക്കം കുറിക്കുന്ന
തെന്നു പറയാം. അന്ന് സമൂഹ
ത്തിൽ നിലനിന്നിരുന്ന സതി പോ
ലുള്ള ദുരാചാരങ്ങൾക്കെതിരെ
പോരാടിയ അദ്ദേഹം 1828 ൽ ബ്ര
ഫ്മസമാജം സ്ഥാപിച്ചു. ഒരു പരി
ഷ്കരണരവാദി എന്നതിലുപരി
യുക്തിവാദികൂടിയായിരുന്നു അദ്ദേ
ഹം. അദ്ദേഹത്തിന്റെ ശ്രമങ്ങളാണ്

റാം മോഹൻ റോയ്

1829 ൽ സതി നിരോധിക്കാൻ കാരണമായത്. ഇന്ത്യയുടെ സാമൂഹിക
രാഷ്ട്രീയ മണ്ഡലങ്ങളിൽ നവോത്ഥാനം പകർന്ന റോയ് ഭാരതീയ നവോ
ത്ഥാനത്തിന്റെ പിതാവെന്നും ഇന്ത്യൻ ദേശീയതയുടെ പ്രവാചകനെന്നു
മൊക്കെ അറിയപ്പെടുന്നു.

1820 കളുടെ അവസാനത്തോടെ ബംഗാ
ളിലെ ബുദ്ധിജീവികൾക്കിടയിലുണ്ടായ വിപ്ല
വകരമായ ചിന്തയുടെ മറ്റൊരു ഉദാഹരണ
മാണ് യുവബംഗാൾ പ്രസ്ഥാനവും അതി
ന്റെ സ്ഥാപകനായ ഹെന്റി വിവിയൻ
ഡെറോസിയോ എന്ന യുവാവും. 1809
ൽ ജനിച്ച ഡെറോസിയോയ്ക്ക്
ഊർജ്ജം പകർന്നത് ഫ്രഞ്ചുവിപ്ല
വചിന്തകളായിരുന്നു. സമത്വ
ത്തെയും സാഹോദര്യത്തെ
യും മാനിക്കാനും അധികാ
രവർഗ്ഗത്തെ ചോദ്യം ചെ
യ്യാനും പഠിപ്പിച്ച അദ്ദേഹ
ത്തിന്റെ പിൻഗാമികൾ
ഡെറോസിയൻമാർ എന്ന
റിയപ്പെട്ടു. സ്ത്രീസമത്വ
ത്തിനും പത്രസ്വാതന്ത്ര്യ

ഹെൻറി വിവിയൻ ഡെറോസിയോ

ത്തിനും വേണ്ടി പോരാടിയ അദ്ദേഹം നല്ലൊരു കവികൂടിയായിരുന്നു.

നവോത്ഥാന പ്രക്രിയയിലെ മറ്റു രണ്ടു വ്യക്തിത്വങ്ങളായിരുന്നു ദേബേന്ദ്ര നാഥടാഗോറും ഈശ്വർചന്ദ്രവിദ്യാസാഗ റും. റാം മോഹൻറോയിയുടെ ചിന്ത കൾക്ക് വീര്യം പകരാൻ 'തത്വബോ ധിനി സഭ' എന്ന സംഘടന രൂപീകരിച്ച വ്യക്തിയായിരുന്നു ദേബേവന്ദ്രനാഥ് ടാഗോർ. പാശ്ചാത്യ ചിന്ത ഉൾക്കൊണ്ട വ്യക്തിയായിരുന്നു വിദ്യാസാഗർ. കൽക്കത്തയിലെ സംസ്കൃതകോളേ ജിന്റെ വാതിൽ അബ്രാഹ്മണർക്കായി തുറന്നുകൊടുത്ത മഹാനായിരുന്നു

ഈശ്വർചന്ദ്രവിദ്യാസാഗർ

അദ്ദേഹം. 1856 ൽ രാജ്യത്ത് ആദ്യ മായി വിധവാ വിവാഹം നടത്തിയ അദ്ദേഹം ദുഷിച്ച വിശ്വാസങ്ങളെ വെല്ലുവിളിച്ചു.

ഇവരെ കൂടാതെ പശ്ചിമേന്ത്യ യിൽ പരിഷ്കരണ പ്രസ്ഥാന ങ്ങൾക്ക് രൂപം കൊടുത്തവരാണ് ബാൽ ശാസ്ത്രി ജംബേക്കർ, വി ഷ്ണുശാസ്ത്രി പണ്ഡിറ്റ്, ജ്യോതി ബാ ഫൂലെ, ഗോഹൽ ഹരിദേശ്മുഖ് തുടങ്ങിയവർ. പരമഹംസ്മണ്ഡലി, ജ്ഞാനപ്രചാരക്മണ്ഡലി എന്നീ സംഘടനകളാണ് നവോത്ഥാന ത്തിന്റെ പാതവെട്ടിത്തുറന്നത്. പഞ്ഞാൻപതാം നൂറ്റാണ്ടിലെ പരി ഷ്കർത്താക്കളുടെ പ്രാധാന്യം എണ്ണത്തിലും വണ്ണത്തിലും ആയി രുന്നില്ല. മറിച്ച് ഒരു പുതിയ പ്രവണ തയ്ക്ക് തുടക്കം കുറിക്കാൻ സാ

ജ്യോതി റാവു ഫൂലെ

ധിച്ചു എന്നുള്ളതിലായിരുന്നു.

ചെറുത്തുനിൽപ്പുകളുടെ കാലം

ബ്രിട്ടൻ ഇന്ത്യയിൽ കോളനിഭരണം ആരംഭിച്ച കാലം മുതൽ തന്നെ അതിനെതിരെ ഇന്ത്യൻ ജനത ഒറ്റപ്പെട്ടതും കൂട്ടായതുമായ ചെറുത്തു നിൽപ്പുകൾ നടത്തിയിട്ടുണ്ട്. പരമ്പരാഗത രീതിയിലുള്ള അനുസ്യൂത

തിരുവനന്തപുരത്തെ
വേലുത്തമ്പി പ്രതിമ

മായ ഈ പ്രതിരോധത്തിൽ പൗരവിപ്ല വങ്ങളും കർഷക കലാപങ്ങളും ഗോത്ര വർഗ്ഗ ചെറുത്തുനിൽപ്പുകളും ഉണ്ടായി ട്ടുണ്ട്. ബംഗാളിലും ബീഹാറിലും ബ്രിട്ടീഷ് ഭരണത്തിന്റെ ആരംഭം മുതൽക്കുതന്നെ പൗരകലാപങ്ങൾ ഉണ്ടായി. അടിസ്ഥാനവർഗ്ഗത്തിനെതിരെ യുണ്ടായ ചൂഷണമാണ് ഇതിനു കാര ണമായത്. ബ്രിട്ടീഷ് വിരുദ്ധകലാപങ്ങ ളിൽ ആദ്യത്തേതായി കണക്കാക്കാവു ന്നതാണ് 1697 ലും 1721 ലും ആറ്റിങ്ങൽ, അഞ്ചുതെങ്ങ് മേഖലകളിൽ നടന്ന കലാപങ്ങൾ. ഇതുകൂടാതെ ബംഗാ ളിലും ബീഹാറിലും നടന്ന സന്യാസി ലഹളകളും ചുവാർ കലാപവും ആദ്യ കാല എതിർപ്പിന് നാന്ദികുറിച്ചു. 1800ക ളിൽ കേരളത്തിൽ കോട്ടയം രാജവംശ ത്തിലെ പഴശ്ശിയും തിരുവിതാംകൂർ ദിവാനായിരുന്ന വേലുത്തമ്പിയും നട ത്തിയ നീക്കങ്ങൾ സാമ്രാജ്യത്വത്തിനെ തിരെയുള്ള സുവർണ്ണ നീക്കങ്ങളായിരു ന്നു. 1812 ൽ വയനാട്ടിലെ കുറിച്ച്യരും 1820 മുതൽ 37 വരെ കോൽവർഗക്കാരും 1855–56 കാലഘട്ടത്തിൽ സാന്താൾ വിഭാ ഗവും 1895–1901 കാലത്ത് മുണ്ടാ വിഭാഗവും ബ്രിട്ടീഷുകാർക്കെതിരെ ആയുധമേന്തി.

കർഷകപ്രസ്ഥാനങ്ങളും കലാപങ്ങളും: ഇന്ത്യയിലെ ബ്രിട്ടീഷ് ആധിപത്യത്തിന്റെ ഭാരം താങ്ങേണ്ടിവന്ന വിഭാഗം കർഷകരായിരുന്നു. എന്നാൽ കർഷകരുടെ കലാപങ്ങളുടെയും കൊളോണിയൽ വിരുദ്ധ പ്രവർത്തനങ്ങളുടെയും ശ്രമങ്ങൾക്ക് വേണ്ടത്ര പരിഗണന ലഭിച്ചിട്ടില്ല. പല സ്ഥലങ്ങളിലും ജമീന്ദാർമാരുടെയും നാടുവാഴിപ്രഭുക്കന്മാരുടെയും നേതൃത്വത്തിൽ നടന്ന കലാപങ്ങളുടെ നട്ടെല്ല് കർഷകരായിരുന്നു. ബംഗാ ളിലും ബീഹാറിലും പഞ്ചാബിലും മദ്രാസിലും അലയടിച്ച വഹാബി പ്രസ്ഥാനവും ബംഗാളിലെ ഫരസി പ്രസ്ഥാനവും പഞ്ചാബിലെ തന്നെ കുകാകലാപവും ഇത്തരത്തിലുള്ളതായിരുന്നു. 1859–60 ൽ ബംഗാളിലു ണ്ടായ നീലം പ്രക്ഷോഭണം വിദേശ തോട്ടമുടമകൾക്കെതിരെയുള്ള കർഷകരുടെ പ്രതിഷേധമായിരുന്നു. തോട്ടമുടമകളുടെ മർദ്ദനവും അധി ക്ഷേപവും സഹിച്ച് 1866–68 കാലഘട്ടത്തിൽ ബീഹാറിലെ ചമ്പാരനിലും ദർഭംഗ്യിലും നീലം കർഷകർ വ്യാപകമായ സമരം നയിച്ചു. അതു

പോലെ മറ്റൊന്നായിരുന്നു ബംഗാളിലെ ജെസ്സോനിൽ 1883 ലും 1889–90 കാലങ്ങളിലും നടന്ന സമരം. 1872 മുതൽ 1876 വരെ ബംഗാളിലെ കൃഷി ക്കാർ പാട്ടം നൽകാതിരിക്കാൻ വേണ്ടി യൂണിയനുകളുണ്ടാക്കി. ജമീ ന്ദാർമാരും ദല്ലാളന്മാരും കർഷകരുടെ പ്രക്ഷോഭങ്ങൾക്കിരകളായി. കൃഷി ക്കാരിലും കൃഷിക്കാരന്റെ ഭൂമിയിലും പിടിമുറുക്കാനായി ഗവൺമെന്റ് അനുവർത്തിച്ചുപോന്ന നയങ്ങളെ എതിർത്തുകൊണ്ട് 1875 ൽ മഹാരാ ഷ്ട്രയിലെ പൂന, അഹമ്മദ്നഗർ എന്നിവിടങ്ങളിൽ കലാപം പൊട്ടിപ്പുറ പ്പെട്ടു. ബ്രിട്ടീഷ് അനുഭാവ ജന്മിമാരുടെ മർദ്ദനവാഴ്ചയിൽ സഹികെട്ട് മലബാറിലെ മാപ്പിളമാർ 1836–1854 കാലഘട്ടങ്ങളിൽ നടത്തിയ സമരം തെക്കെ ഇന്ത്യയുടെ ചരിത്രത്തിൽ ശ്രദ്ധേയമായി. 1893–94 കാലത്ത് അസ മിലെ സമതല പ്രദേശങ്ങൾ നിരവധി കർഷകരുടെ ചോരവീണു ചുവ ന്നു.

19–ാം നൂറ്റാണ്ടിലെ ഈ ജനകീയ കാർഷിക പ്രക്ഷോഭങ്ങൾ ബ്രിട്ടീഷ് ആധിപത്യത്തിന്റെ ആണിക്കല്ല് ഇളക്കാൻ പര്യാപ്തമായില്ല. എന്നിരുന്നാലും ഇന്ത്യൻ സമ്പദ് വ്യവസ്ഥ കോളനിവ്യവസ്ഥയായാക്കി മാറ്റി യതിനെ തുടർന്ന്, വൻതോതിൽ ഉടമസ്ഥാവകാശം നഷ്ടമാവുകയും അസഹനീയമായ അടിച്ചമർത്തലിന് വിധേയമാക്കുകയും ചെയ്ത കർഷ കരുടെയും ഗോത്രവർഗവിഭാഗത്തിന്റെയും നൈസർഗികവും സഹജവു മായ പ്രതികരണത്തെയാണ് ഈ പ്രക്ഷോഭങ്ങൾ പ്രതിനിധാനം ചെയ്തത്.

1857 ഒരു പ്രതീകം: ബ്രിട്ടീഷ് ഭരണത്തോടുള്ള പരമ്പരാഗതമായ പ്രതിരോധം അതിന്റെ പാരമ്യത്തിലെത്തിയത്. 1857ലാണ്. ലക്ഷക്കണ ക്കിന് കർഷകരും സൈനികരും പങ്കെടുത്ത ഈ വിപ്ലവം ബ്രിട്ടീഷ് ഭര ണത്തെ അടിമുടി പിടിച്ചുകുലുക്കി. 1857 മെയ് 10ന് ഡൽഹിക്കടുത്തുള്ള മീറ്റിലെ പട്ടാളക്യാമ്പിൽ നിന്നാരം ഭിച്ച കലാപം വടക്ക് പഞ്ചാബ് മുതൽ തെക്ക് നർമ്മദവരെയും കിഴക്ക് ബീഹാർ മുതൽ പടി ഞ്ഞാറ് രാജസ്ഥാൻവരെയും പടർ ന്നു പിടിച്ചു. കൊഴുപ്പുപുരട്ടിയ വെടിത്തിരകളുടെ ഉപയോഗത്തെ ചൊല്ലിയാണ് കലാപം ആരംഭിച്ച തെങ്കിലും, ഉത്തരേന്ത്യയിലും മധ്യ ഭാരതത്തിലുമായി പതിനായിരക്ക ണിക്കിന് സാധാരണക്കാർ കുന്ത വും കോടാലിയും അമ്പും വില്ലും അരിവാളും നാടൻതോക്കുമായി ബ്രിട്ടീഷ് ഭരണത്തിനെതിരെ രംഗ ത്തെത്തി. ബ്രിട്ടീഷ് ഭരണത്തിൽ

റാണി ലക്ഷ്മീ ഭായ്

ബ്രിട്ടീഷ് ഇന്ത്യൻ സാമ്രാജ്യം

പരമാധികാരം നഷ്ടമായ കാൺപുരിലെ നാനാസാഹിബും ഝാൻസി യിലെ റാണിലക്ഷ്മിഭായിയും ബീഗം ഹസ്രത്ത് മഹലും കൻവർസിങ്ങും താന്തിയാതോപ്പിയുമൊക്കെ ഈ പോരാ ട്ടത്തിൽ അണിചേർന്നു. മീററ്റിലെ സംഭ വത്തിനു മുൻപുതന്നെ പശ്ചിമബംഗാ ളിലെ ബാരക്പൂരിലെ മംഗൾ പാണ്ഡെ എന്ന യുവസൈനികൻ തന്റെ ഓഫീ സർക്കുനേരെ നിറയൊഴിക്കുകയും പിന്നീട് രക്തസാക്ഷിത്വം വരിക്കുകയും ചെയ്തിരുന്നു. സമരംഗത്തിറങ്ങിയ കലാപകാരികൾ മുഗൾവംശത്തിലെ അവസാന ചക്രവർത്തിയായ ബഹ ദുർഷാ രണ്ടാമനെ ചക്രവർത്തിയായി

താന്തിയാതോപ്പി

പ്രഖ്യാപിക്കുകയും ചെയ്തു. ഈ കലാ പത്തിന് ശക്തിയേകിയ ഒരു പ്രധാന ഘടകം ഹിന്ദു-മുസ്ലീം ഐക്യമായിരു ന്നു. സൈനികരുടെയും നേതാക്കളു ടെയും ജനങ്ങളുടെയുമിടയിൽ പരി പൂർണ്ണ സഹകരണം നിലനിന്നിരുന്നു.

ഇന്ത്യയിലെ നാടുവാഴിവർഗ്ഗത്തി നോടും പ്രഭുക്കൻമാരോടും കൂട്ടു ചേർന്നുകൊണ്ട് ബ്രിട്ടീഷ് സാമ്രാ ജ്യത്വം ഈ കലാപം അടിച്ചമർത്തി. 1857 സെപ്റ്റംബർ 20-ാം തീയതി ബ്രിട്ടീ ഷുകാർ ഡൽഹി പിടിച്ചടക്കുകയും ബഹാദൂർഷായെ തടവിലാക്കുകയും ചെയ്തു. പിന്നീട് അദ്ദേഹത്തെ റംഗൂ ണിലേക്ക് നാടുകടത്തി. 1858 ൽ ഒരു

ബീഗം ഹസ്റത്ത് മഹൽ

പ്രഖ്യാപനത്തിലൂടെ ഇന്ത്യയുടെ ഭരണം ഈസ്റ്റിന്ത്യാ കമ്പനിയിൽ നിന്നും ബ്രിട്ടീഷ് രാജ്ഞി ഏറ്റെടുത്തു. രാജ്ഞിയുടെ പ്രതിനിധിയെന്ന നിലയിൽ ഗവർണർ ജനറലിനു പകരമായി വൈസ്രോയ് സ്ഥാനം നില വിൽ വന്നു. ആദ്യ വൈസ്രോയ് കാനിംഗ് പ്രഭുവായിരുന്നു. ബ്രിട്ടീഷ് സാമ്രാജ്യത്വത്തിൻ കീഴിൽ നിന്നും മോചിതമാകാനുള്ള ആദ്യത്തെ മഹ ത്തായ സമരം ഒരു സാഹസികയത്നമായിരുന്നെങ്കിലും പിന്നീടുള്ള കാല ങ്ങളിൽ ഇത് ഇന്ത്യയുടെ സാമൂഹിക-സാംസ്കാരിക-ഭരണമണ്ഡലങ്ങ ളിൽ ഒരു വഴിത്തിരിവായി.

പുതിയ രാഷ്ട്രീയം – പുതിയ സംഘടനകൾ

പത്തൊൻപതാം നൂറ്റാണ്ടിന്റെ ഉത്തരാർദ്ധം ദേശീയതലത്തിൽ രാഷ്ട്രീയാവബോധം മുളപൊട്ടിവിടരുന്നതിന് സാക്ഷ്യം വഹിച്ചു. ഇക്കാ ലത്ത് ഇന്ത്യയിൽ രാഷ്ട്രീയപ്രവർത്തനത്തിന് തുടക്കം കുറിക്കുകയും ആധുനിക ബുദ്ധിജീവികൾ രാഷ്ട്രീയ സംഘടനകൾക്കു രൂപം നൽകു കയും ചെയ്തു. പ്രത്യയശാസ്ത്രനയങ്ങൾ, സംഘടന എന്നിവയിലുള്ള അറിവിന്റെ പരിമിതിയാകാം ആദ്യകാല രാഷ്ട്രീയ പ്രവർത്തനങ്ങളെ മന്ദഗതിയിലാക്കിയത്. 1837 ൽ കൽക്കത്തയിൽ ആരംഭിച്ച ലാൻഡ് ഹോൾഡേഴ്സ് സൊസൈറ്റി ആദ്യകാല രാഷ്ട്രീയസംഘടനകളിലെ ന്നാണ്. ബംഗാളിലേയും ബീഹാറിലേയും ഒറീസയിലേയും ജന്മിമാരുടെ താൽപ്പര്യങ്ങൾ സംരക്ഷിക്കുക എന്നതുമാത്രമായിരുന്നു ഈ സംഘടനയുടെ ലക്ഷ്യം. 1851 ൽ ബ്രിട്ടീഷ് ഇന്ത്യാ അസോസിയേഷനും 1852ൽ മദ്രാസ് നേറ്റീവ് അസോസിയേഷനും ബോംബെ അസോസിയേ ഷനും സ്ഥാപിതമായി. പ്രാദേശിക സ്വഭാവം പുലർത്തിപ്പോന്ന ഇത്തരം സംഘടനകൾ മിക്കതും വൻകിട ജമീന്ദാർമാരുടെയും കച്ചവടക്കാരു

ടെയും നിയന്ത്രണത്തിലായിരുന്നു. 1866 ൽ ഇന്ത്യൻ പ്രശ്നങ്ങൾ ചർച്ച ചെയ്യാനും പൊതുജനാഭിപ്രായം രൂപീകരിക്കാനുമായി ദാദാഭായ് നവ റോജി ലണ്ടനിൽ ഈസ്റ്റിന്ത്യാ അസോസിയേഷൻ രൂപീകരിച്ചു. ബ്രിട്ടീഷ് ഭരണത്തിന്റെ സാമ്പത്തിക വിശകലനമായിരുന്നു അദ്ദേഹത്തിന്റെ ഏറ്റവും വലിയ സംഭാവന. കൂടാതെ 1870 ൽ പുനയിൽ രൂപംകൊണ്ട 'പുനസാർവജനിക്സഭ', 1876 ൽ സുരേന്ദ്രനാഥ ബാനർജിയുടെ നേതൃ ത്വത്തിൽ രൂപം കൊണ്ട 'ഇന്ത്യൻ അസോസിയേഷൻ', 1884 ൽ രൂപീക രിച്ച 'മദ്രാസ് മഹാജനസഭ, 1885 ൽ രൂപംകൊണ്ട 'ബോംബെ പ്രസി ഡൻസി അസോസിയേഷൻ' എന്നിവ ചില പ്രധാന സംഘടനകളായി രുന്നു.

കോൺഗ്രസിന്റെ നാന്ദി: ഇന്ത്യക്കാരനിലെ രാഷ്ട്രീയബോധ ത്തിന്റെ വളർച്ചയും സ്വാതന്ത്ര്യമെന്ന ആശയത്തോടുള്ള പ്രതിബദ്ധതയും അഭിപ്രായവിനിമയത്തിന് ഒരു പൊതു വേദി ആവശ്യമാണെന്ന തിരിച്ചറിവു മാണ് 1885 ഡിസംബറിൽ ബോംബെ യിൽ ഇന്ത്യൻ നാഷണൽ കോൺഗ്ര സ്സിന്റെ രൂപീകരണത്തിനു കാരണമായ ത്. ഒരു ഇംഗ്ലീഷുകാരനായ എ ഒ ഹ്യൂം ആണ് ഇതിന്റെ രൂപീകരത്തിന് മുൻക യ്യെടുത്ത്. ഡബ്ല്യു സി ബാനർജിയുടെ അധ്യക്ഷതയിൽ കൂടിയ ഈ യോഗ ത്തിലെ ഭൂരിപക്ഷം അംഗങ്ങളും അഭ്യ സ്തവിദ്യരായ ബുദ്ധിജീവി വിഭാഗമായി രുന്നു. വിദ്യാസമ്പന്നരായ ഇന്ത്യ

ഡബ്ല്യു സി ബാനർജി

ക്കാർക്കിടയിലുണ്ടായ അസംതൃപ്തി സുരക്ഷിതമായി പുറത്തേക്ക് വിടാ നുള്ള ഒരു നിർഗ്ഗമനമാർഗ്ഗമായിട്ടാണ് (safety valve) ഹ്യൂം ഈ സംഘട നയെ കണ്ടത്. അതോടൊപ്പം ഇന്ത്യയിലെ അസംതൃപ്തരായ ബുദ്ധി ജീവികളും കർഷകരും തമ്മിൽ ദേശീയതയുടെ പേരിൽ ഒന്നിക്കുന്നത് തടയുക എന്നൊരു ലക്ഷ്യം കൂടി അദ്ദേഹത്തിനുണ്ടായിരുന്നു.

ആദ്യകാല നേതാക്കന്മാർ രൂപം നൽകിയ പരിപാടികൾക്ക് പരിമി തികൾ ഉണ്ടായിരുന്നു. ദേശീയബോധം തട്ടിയുണർത്തുക, രാഷ്ട്രീയ ത്തിലും പ്രക്ഷോഭപരിപാടികളിലും ജനങ്ങളെ പരിശീലിപ്പിക്കുക, രാഷ്ട്രീയപ്രശ്നങ്ങളിൽ പൊതുജനതാൽപ്പര്യം വളർത്തുക തുടങ്ങിയ പരിമിതമായ ലക്ഷ്യങ്ങൾ മാത്രമെ അന്ന് പ്രസ്ഥാനത്തിനുണ്ടായിരു ന്നുള്ളൂ. ചുരുക്കത്തിൽ പൊതുവായ ഒരു സാമ്പത്തിക-രാഷ്ട്രീയ പരി പാടിയുടെ അടിസ്ഥാനത്തിൽ ഇന്ത്യൻ ജനതയെ ഏകീകരിക്കുകയെന്ന

ഉദ്ദേശ്യം മുൻനിർത്തിയാണ് ആദ്യ കാല ദേശീയവാദികൾ തങ്ങളുടെ പ്രവർത്തനപരിപാടികൾ ആവിഷ്ക രിച്ചിരുന്നത്. ദാദാഭായ് നവരോജി, ഫിറോസ്ഷാ മേത്ത, ബദറുദ്ദീൻ ത യാബ്ജി, സുരേന്ദ്രനാഥ ബാനർജി, ഗോപാലകൃഷ്ണ ഗോഖലെ തുടങ്ങി യവരായിരുന്നു ആദ്യകാല നേതാ ക്കൾ. ആദ്യകാല ദേശീയവാദികളുടെ ഏറ്റവും വലിയ സംഭാവന സാമ്രാജ്യ ത്വത്തെ സംബന്ധിക്കുന്ന അവരുടെ വിശകലനമായിരുന്നു. വ്യാപാരം, വ്യവസായം, ധനകാര്യം എന്നീ മേഖ ലകളിലെ ബ്രിട്ടീഷ് ചൂഷണത്തിന്റെ വിവിധ വശങ്ങൾ ചൂണ്ടിക്കാണി ക്കാൻ നവരോജിയെപോലെയുള്ള ദേശീയവാദികൾക്കു സാധിച്ചു. ദാദാ

ഫിറോസ്ഷാ മേത്ത

ഭായ് നവരോജിയാണ് ഇത് സംബന്ധിച്ച 'ചോർച്ചാസിദ്ധാന്തം' (drain theory) അവതരി പ്പിച്ചത്.

കോൺഗ്രസിന്റെ മറ്റൊരു മുഖം: 1905 നു ശേഷമുള്ള ദേശീയപ്രസ്ഥാനത്തിന്റെ സ്വഭാവം കുറച്ചുകൂടി വ്യത്യസ്തമായ തലത്തിലുള്ളതാ യിരുന്നു. കോൺഗ്രസിനുള്ളിൽ തന്നെ തീവ്ര മായി ചിന്തിച്ചിരുന്ന ഒരു വിഭാഗം ഉടലെടുത്തു. മിതവാദികളായ ആദ്യകാല പ്രവർത്തകരോട് അമർഷം പൂണ്ട ഈ വിഭാഗം തീവ്രവാദികൾ എന്നാണറിയപ്പെട്ടിരുന്നത്.

ലാലാലജ്പത്റായി, ബിപിൻചന്ദ്രപാൽ, ബാലഗംഗാധര തിലകൻ (ലാൽ–പാൽ–ബാൽ) എന്നിവരായിരുന്നു ഈ വിഭാഗത്തിന്റെ നേതാ ക്കൾ. വിദേശ ഭരണത്തെ വെറുത്ത ഇവർ തങ്ങ ളുടെ ലക്ഷ്യം പൂർണ സ്വാതന്ത്ര്യമാണെന്നു പ്രഖ്യാപിച്ചു. ബഹുജനശക്തിയിൽ വിശ്വസിച്ചി രുന്ന ഇവർ ബഹുജനസമരം വഴി സ്വാതന്ത്ര്യം നേടിയെടുക്കാമെന്ന് വാദിച്ചു. ആശയപരമായ ഈ വ്യതിയാനം 1907ലെ സൂറത്ട് സമ്മേളന ത്തിൽവെച്ച് കോൺഗ്രസ് രണ്ടായി പിളരുന്ന തിനു കാരണമായി.

ബിപിൻ ചന്ദ്ര പാൽ

ലാലാ ലജ്പത് റായി

ബംഗാൾ വെട്ടിമുറിച്ചപ്പോൾ

ബംഗാളിൽ വളർന്നു വന്ന ദേശീയ തയെ മുളയിലെ നുള്ളുക എന്ന ലക്ഷ്യ ത്തോടെയാണ് 1905 ജൂലൈയിൽ ബംഗാ ളിനെ രണ്ടായി വിഭജിക്കാനുള്ള തീരു മാനം കഴ്‌സൺപ്രഭു പ്രഖ്യാപിച്ചത്. മുസ്ലിം ഭൂരിപക്ഷമുള്ള കിഴക്കൻ പ്രദേശ ത്തെയും ഹിന്ദു ഭൂരിപക്ഷമുള്ള പടിഞ്ഞാ റൻ ഭാഗത്തെയും രണ്ടാക്കി നിർത്തി ക്കൊണ്ട് വർഗ്ഗീയതയുടെ വിഷവിത്ത് വിതയ്ക്കാനാണ് കഴ്‌സൺ ശ്രമിച്ചത്. എന്നാൽ മുമ്പെങ്ങുമില്ലാത്ത ഐക്യ ത്തോടെ ജനങ്ങൾ ഈ വെല്ലുവിളി ഏറ്റെ ടുത്തു. വിഭജനം നിലവിൽവന്ന 1905

കഴ്‌സൺ പ്രഭു

ഒക്ടോബർ 16 ദേശീയ ദു:ഖാചാരണമായി പ്രഖ്യാപിക്കപ്പെട്ടു. നേതാ ക്കളും ജനങ്ങളും കൂട്ടത്തോടെ ഉപവാസം അനുഷ്ഠിക്കുകയും അറസ്റ്റു വരിക്കുകയും ചെയ്തു. അതോടൊപ്പം സ്വദേശിപ്രസ്ഥാനങ്ങളും ബഹി ഷ്കരണ പ്രസ്ഥാനങ്ങളും രൂപം കൊണ്ടു. സ്വദേശി ഉൽപ്പന്നങ്ങൾ ഉപ യോഗിക്കാനും വിദേശവസ്തുക്കൾ ബഹിഷ്കരിക്കാനും ജനങ്ങൾ തീരു മാനിച്ചു. ഇത് സ്വന്തം നാട്ടിലെ വ്യവസായത്തിനും കൈത്തൊഴിലിനും പുതിയൊരു ഉണർവ് നൽകി. നിരവധി സ്വദേശി സ്റ്റോറുകൾ ഉയർന്നു വന്നു. രബീന്ദ്രനാഥടാഗോറിന്റെ 'അമർസോന ബംഗ്ലായും', ബങ്കിംചന്ദ്ര ചാറ്റർജിയുടെ വന്ദേമാതരവും ജനങ്ങൾക്ക് പുതുജീവനേകി.

സ്വദേശി വിദേശവസ്തു ബഹിഷ്കരണ പ്രസ്ഥാനങ്ങളിലെ സാധാ രണക്കാരുടെ പങ്ക് എടുത്തു പറയേണ്ടതാണ്. വിദ്യാർത്ഥികൾ ഇംഗ്ലീഷ് വിദ്യാലയങ്ങൾ ഉപേക്ഷിച്ചു. സ്ത്രീകൾ അതിശക്തമായ പിന്തുണയാണ് നൽകിയത്. വിദേശ നിർമ്മിത വസ്തുക്കൾ തങ്ങളുടെ അടുക്കളയിൽ നിന്ന് ആട്ടിപ്പായിച്ച് അവർ പ്രസ്ഥാനത്തോട് പ്രതിബദ്ധത പുലർത്തി. ചുരുക്കത്തിൽ ബംഗാൾ വിഭജനവിരുദ്ധ പ്ര സ്ഥാനം ഇന്ത്യയാകെ പടർന്നു പിടിച്ചു. ഇതിനെ തുടർന്നാണ് 1911 ൽ ഹാർഡിഞ്ച് പ്രഭു വിഭജനം റദ്ദു ചെയ്തത്.

വിപ്ലവാത്മക ഭീകരപ്രസ്ഥാനത്തിന്റെ വളർച്ച: ബംഗാൾ വിഭജനത്തിന്റെ അനന്ത രഫലമായിരുന്നു വിപ്ലവാത്മക ഭീകരവാദ ത്തിന്റെ വളർച്ച. കോൺഗ്രസിലെ തീവ്രവാദി സംഘത്തിന്റെ നേതാവായിരുന്ന തിലകൻ തന്നെ യുവമനസുകളിൽ വിപ്ലവവികാര ങ്ങൾക്കു തീ കൊളുത്തിയിരുന്നു. 1897ൽ

കുദീറാം ബോസ്

പ്രഫുല്ല ചാക്കി

തന്നെ ചവേക്കർ സഹോദരന്മാർ ജനസമ്മി തിയില്ലാത്ത ബ്രിട്ടീഷ് ഉദ്യോഗസ്ഥരെ കൊലചെയ്തുകൊണ്ട് ഭീകരവാദത്തിന് വഴി മരുന്നിട്ടു. ഇക്കാലത്ത് നിരവധി രഹസ്യഭീ കര പ്രസ്ഥാനങ്ങളും രൂപം കൊണ്ടു. അനു ശീലൻ സമിതി, യുഗാനൂർ എന്നിവ ഉദാഹ രണങ്ങളാണ്. ഖുദ്ദിറാം ബോസ്, പ്രഫുല്ല ചാക്കി എന്നിവർ മുസാഫർപൂർ ജില്ലാജഡ്ജി കിംഗ്സ്ഫോർഡിനു നേർക്കു നടത്തിയ വധോദ്യമം എടുത്തുപറയേണ്ടതാണ്. ഇന്ത്യ യ്ക്കുള്ളിലുള്ള പ്രവർത്തനങ്ങളോടൊപ്പം തന്നെ വിദേശത്തും ഭീകരവാദികൾ പ്രവർത്തനം നടത്തിയിരുന്നു. ശ്യാംജികൃ ഷ്ണവർമ്മ, ലാലഹർദയാൽ, മാഡം കാമ, അജിത്സിങ്ങ് എന്നിവരായി രുന്നു അവരിൽ ചിലർ. ഒരു പൊതുപരിപാടിയോ കേന്ദ്രനേതൃത്വമോ ഇല്ലാതിരുന്ന ഭീകരവാദികൾക്ക് ഒരു ബഹുജനാടിത്തറ ഉണ്ടാക്കിയെടു ക്കാനായില്ല. കൂടാതെ തൊഴിലാളികളും കർഷകരുമായി ഇവർക്ക് ഒരു ബന്ധവും ഉണ്ടായിരുന്നില്ല.

വർഗീയതയുടെ വിത്തുകൾ

ബ്രിട്ടീഷുകാർ ഇന്ത്യയിലെത്തുന്ന കാലത്ത് ഇവിടുത്തെ ഹിന്ദു ക്കളും മുസ്ലിങ്ങളും പൊതുവെ യാതൊരു സ്പർദ്ധയും കൂടാതെയാണ് ജീവിച്ചുപോന്നത്. 1857ൽ വിപ്ലവസമയത്ത് അവരുടെ ഒരുമ ബ്രിട്ടീഷുകാർ മനസ്സിലാക്കുകയും ചെയ്തു. വിപ്ലവാനന്തരം അവർ 'വിഭജിച്ചു ഭരിക്കുക' എന്ന തന്ത്രം പുറത്തെടുത്തു. അങ്ങനെ ഇന്ത്യൻ മണ്ണിൽ വർഗ്ഗീയതയുടെ വിത്തു കൾ നിറയ്ക്കാൻ അവരുടെ നയങ്ങൾക്കു സാധിച്ചു. ഇന്ത്യയിലെ വർഗീയതയുടെ വളർച്ച ഏകപക്ഷീയമായിരുന്നില്ല. അത് ഹിന്ദു ക്കളിലും മുസ്ലിങ്ങളിലും ഒരുപോലെ പടർന്നു പിടിച്ചു. ഒരു വിദ്യാഭ്യാസ വിചക്ഷണനും സാമൂഹ്യപരിഷ്കർത്താവുമായിരുന്ന സർ സയ്യിദ് അഹമ്മദ്ഖാൻ പോലും ഇതിന്റെ ഭാഗ മായിട്ടുണ്ട്. പിന്നീടാണ് മുസ്ലിങ്ങൾക്കും ഹിന്ദുക്കൾക്കും വ്യത്യസ്തമായ താൽപ്പര്യ ങ്ങളാണ് ഉള്ളതെന്ന നിലപാടിലേക്ക് അദ്ദേഹം എത്തിയത്. വിദ്യാഭ്യാസം, വ്യാപാ രം, വ്യവസായം എന്നീ രംഗങ്ങളിൽ മുസ്ലീ ങ്ങൾക്കുണ്ടായിരുന്ന പിന്നോക്കാവസ്ഥയായി

സർ സയ്യിദ് അഹമ്മദ് ഖാൻ

രുന്നു വർഗ്ഗീയതയുടെ വളർച്ചയ്ക്ക് വഴി തെളിച്ച ഒരു പ്രധാനഘടകം. ചരിത്രര ചനയിലെ അനീതിയായിരുന്നു മറ്റൊരു ഘടകം. ഇന്ത്യൻ ചരിത്രരചന നടത്തിയ പല ചരിത്രകാരന്മാരും പുരാതനകാലത്തെ ഹിന്ദുകാലഘട്ടമെന്നു വിളിച്ചു. ഇത് പല പ്പോഴും വർഗീയ വികാരങ്ങളെ ഇളക്കി വിടുന്നതിന് കാരണമായി. അതുപോലെ തന്നെ ഹിന്ദുമതത്തിന്റെ നേതൃത്വത്തിൽ സംഘടിപ്പിക്കപ്പെട്ട ശിവജിമേളകളും ഗണേശോത്സവങ്ങളും ഇന്ത്യൻ ദേശീയ തയെ ഹൈന്ദവദേശീയതയായി ചിത്രീ കരിക്കുന്നതിനു കാരണമായി. സവർക്ക റെപോലുള്ളവരുടെ പ്രവർത്തനങ്ങൾ

സവർക്കർ

ഇതിനുദാഹരണമാണ്. കൂടാതെ ശിവജിയെയും റാണാപ്രതാപിനെയും വീരൻമാരായും മുഗൾ ചക്രവർത്തിമാരെ കടന്നുകയറ്റക്കാരായ ആക്രമ ണകാരികളായും ചിത്രീകരിച്ചത് വർഗ്ഗീയതയുടെ വളർച്ചയ്ക്ക് നിദാന മായി. അതോടൊപ്പം ദേശീയവാദികളുടെ രാഷ്ട്രീയപ്രവർത്തനത്തിലും ആശയങ്ങളിലും പലപ്പോഴും പ്രകടമായ ഹൈന്ദവഛായ നിഴലിച്ചിരുന്നു. ഇത്തരം പ്രവർത്തനങ്ങളുടെ ഫലമായാണ് 1906 ൽ മുസ്ലിംലീഗും 1909 ൽ പഞ്ചാബ് ഹിന്ദുസഭയുമൊക്കെ രൂപീകരിക്കപ്പെട്ടത്.

ഗാന്ധിവരുന്നു

1915 നു ശേഷമുള്ള ദേശീയ പ്രസ്ഥാനത്തിന്റെ ചരിത്രം ഗാന്ധിയൻ ചരിത്രം കൂടിയായിരുന്നു. 1915 ൽ ദക്ഷിണാഫ്രിക്കയിൽ നിന്നും ഇന്ത്യ യിൽ തിരിച്ചെത്തിയ അദ്ദേഹത്തിന് ദേശീയപ്രസ്ഥാനത്തിന് ഒരു വമ്പിച്ച ജനപിന്തുണ ഉണ്ടാക്കിയെടുക്കാൻ സാധിച്ചു. 1917 ൽ ബീഹാറിലെ ചമ്പാ രനിൽ തന്റെ സത്യഗ്രഹസമരം പരീക്ഷിച്ചു വിജയിപ്പിച്ച അദ്ദേഹം സാമ്രാജ്യത്വത്തിനെതിരെ ആയുധമെടുക്കാതെ പോരാടാനാണ് ഭാരതീ യരെ ഉദ്ബോധിപ്പിച്ചത്. എന്നാൽ അതിക്രൂരമായ മർദ്ദനമുറകളാണ് ഇക്കാലത്ത് ബ്രിട്ടീഷ് സാമ്രാജ്യത്വം ഭാരതീയനുനേരെ അഴിച്ചുവിട്ടത്. അതിനുള്ള ഏറ്റവും വലിയ ഉദാഹരണമായിരുന്നു 1919 ലെ ജാലിയൻവാ ലാബാഗ് കൂട്ടക്കൊല. റൗലറ്റ് കരിനിയമത്തിനെതിരെ സമാധാനപൂർണ മായി പ്രതിഷേധം സംഘടിപ്പിച്ച ജനക്കൂട്ടത്തിനുനേരെ വെടിയുതിർത്ത് ആയിരങ്ങളുടെ ജീവൻ കവരാൻ സാമ്രാജ്യത്വ സൈനികർക്ക് മടിയു ണ്ടായില്ല. ഇത് ഇന്ത്യൻ ജനതയിൽ ബ്രിട്ടീഷ് അധികാരികളോടുള്ള വിരോധം കൂടുതൽ വർദ്ധിക്കുന്നതിനു കാരണമായി. തുടർന്ന് ഗാന്ധി ജിയുടെ നേതൃത്വത്തിൽ നിസ്സഹകരണ പ്രസ്ഥാനം രൂപം കൊണ്ടു. പിന്നീട് 1922 ൽ ചൗരിചൗരസംഭവത്തെ തുടർന്ന് അത് നിർത്തിവെക്കേ

ണ്ടിവന്നു. ഇത് ജനങ്ങൾക്കിടയിലും ദേശീയപ്രസ്ഥാനത്തിലും പൊതുവെ അതൃപ്തിക്ക് കളമൊരുക്കി.

ഒരു പുതുശക്തിയുടെ ഉദയം

1920കളിൽ തന്നെ ഇന്ത്യൻ സ്വാതന്ത്ര്യസമരപ്രസ്ഥാനത്തിൽ ഒരു പുതിയ ഇടതുപക്ഷത്തിന്റെ വളർച്ചയുണ്ടായി. ഇതിന് നേതൃത്വം നൽകിയത് സുഭാഷ് ചന്ദ്രബോസും ജവഹർലാൽ നെഹ്റുവുമായിരുന്നു. റഷ്യൻ വിപ്ലവത്തിൽ നിന്ന് പ്രചോദനമുൾക്കൊണ്ട അവർ രാജ്യമെങ്ങും സോഷ്യലിസം പ്രചരിപ്പിച്ചു. സാമ്രാജ്യവാദത്തെ മാത്ര മല്ല മുതലാളിത്തത്തെയും ജന്മിത്ത ത്തെയും എതിർത്ത അവർ സാമാന്യ ജനങ്ങൾ യഥാർത്ഥത്തിൽ സ്വതന്ത്രരാ കണമെങ്കിൽ ചൂഷണത്തിൽ നിന്നും മോചിതരാകണമെന്ന് ഊന്നിപ്പറഞ്ഞു. രാജ്യത്തെ ബാധിച്ച രാഷ്ട്രീയ-സാമ്പ ത്തിക-സാമൂഹിക ദുരന്തങ്ങളുടെ മൗലിക പരിഹാരത്തിനായി 'പൂർണ സ്വാതന്ത്ര്യം' എന്ന ആശയം അവർ

സുഭാഷ് ചന്ദ്രബോസ്

മുൻപോട്ടു വച്ചു. 1929 ൽ ലാഹോറിൽ നടന്ന സമ്മേളനത്തിൽ വച്ചാണ് നെഹ്റു പൂർണസ്വരാജ് പ്രമേയം അവതരിപ്പിച്ചത്.

മാർക്സിസവും മറ്റ് സോഷ്യലിസ്റ്റ് ആശയങ്ങളും വളരെ പെട്ടെന്നു തന്നെ പ്രചരിച്ചു. ഗാന്ധിയൻ ആദർശങ്ങളുമായി പൊരുത്തപ്പെടാനാകാത്ത യുവാക്കൾ സോഷ്യലിസ്റ്റ് പ്രത്യയശാസ്ത്രത്തിൽ അഭയം തേടി. രാജ്യത്തെങ്ങും യുത്ത് ലീഗുകളും കോൺഫറൻസുകളും രൂപീകൃതമായി. 1928 ആഗസ്റ്റിൽ നെഹ്റുവിന്റെ അധ്യക്ഷതയിൽ ആദ്യത്തെ അഖില ബംഗാൾ വിദ്യാർത്ഥി കോൺഫറൻസ് സമ്മേളിച്ചു. എടുത്തുപറയത്തക്ക മറ്റൊരു നേട്ടം എം എൻ റോയ് കമ്മ്യൂണിസ്റ്റ് ഇന്റർ നാഷണലിന്റെ നേതൃനിരയിലേക്ക് ഉയർത്തപ്പെട്ട ആദ്യ ഭാരതീയനായി മാറി

എം എൻ റോയ്

എന്നുള്ളതായിരുന്നു. 1924 ൽ മുസഫർ അഹമ്മദ്, എസ് എ ഡാങ്കെ എന്നിവരെ കമ്യൂണിസം പ്രചരിപ്പിച്ചുവെന്നതിന്റെ പേരിൽ അറസ്റ്റു ചെയ്യു കയും കാൺപൂർ ഗൂഡ്ധാലോചനാ കേസിൽ ഉൾപ്പെടുത്തുകയും ചെയ്തു. ഇക്കാലത്ത് നിരവധി കർഷക–തൊഴിലാളി പാർട്ടികൾ സജീവമായി. 1943ൽ ആചാര്യ നരേന്ദ്രദേവിന്റെ അധ്യക്ഷതയിൽ കോൺഗ്രസ് സോഷ്യ ലിസ്റ്റ് പാർട്ടി രൂപീകരിക്കുകയും അത് ദേശീയപ്രസ്ഥാനത്തിന്റെ അവിഭാ ജ്യഘടകമായി പ്രവർത്തിക്കുകയും ചെയ്തു.

കർഷകസമരങ്ങളും ട്രേഡ് യൂണിയനും

വിപ്ലവകരമായ ആശയങ്ങളിൽ ആകൃഷ്ടരായ കർഷകർ സ്വന്തം സ്ഥിതിമെച്ചപ്പെടുത്താനും രാഷ്ട്രത്തിന്റെ മോചനത്തിനായും പ്രക്ഷോ ഭങ്ങളുമായി സമരത്തിനിറങ്ങി. ഉത്തർപ്രദേശിൽ കുടിയാൻ നിയമത്തിന്റെ പരിഷ്കാരത്തിനുവേണ്ടിയും ഗുജറാത്തിൽ ഭൂനികുതി ഉയർത്തുന്നതി നെതിരെയും കർഷകർ രംഗത്തുവന്നു.

അതേസമയം തന്നെ അഖിലേന്ത്യാ ട്രേഡ് യൂണിയൻ കോൺഗ്ര സിന്റെ നേതൃത്വത്തിൽ യൂണിയൻ പ്രവർത്തനങ്ങൾ ശക്തിപ്രാപിച്ചു. ഇതിലെ ഏറ്റവും പ്രധാനപ്പെട്ട സംഗതി 1920ൽ എ ഐ റ്റി യു സി (All India Trade Union Congress) രൂപീകരിച്ചുവെന്നുള്ളതാണ്. ലാലാ ലജ്പ ത്റായ് ആദ്യ പ്രസിഡണ്ടും ദിവാൻ ചമൻലാൽ ആദ്യ ജനറൽ സെക്രട്ട റിയുമായി. ഇതേ തുടർന്ന് 1928ൽ അനേകം പണിമുടക്കുകൾ നടന്നു. ഖരഗ്പൂരിലെ റെയിൽവേ വർക്ഷോപ്പിലും പിന്നീട് സൗത്ത് ഇന്ത്യൻ

റെയിൽവേയിലും തൊഴിലാളികൾ പണിമുടക്കി. ജംഷഡ്പൂരിലെ ടാറ്റാ ഇരുമ്പുരുക്ക്ശാല പണിമുടക്കി സ്തംഭിപ്പിച്ചു. ഇതിൽ സുഭാഷ് ചന്ദ്ര ബോസ് മുഖ്യപങ്ക് വഹിച്ചു. ഒന്നരലക്ഷത്തോളം തൊഴിലാളികൾ പങ്കെ ടുത്തതും അഞ്ചുമാസം നീണ്ടുനിന്നതുമായ ബോംബെയിലെ തുണിമിൽ സമരം നടന്നത് 1928 ലായിരുന്നു.

വിപ്ലവവാദികൾ ജന്മമെടുക്കുന്നു

സോഷ്യലിസ്റ്റ്-കമ്മ്യൂണിസ്റ്റ് ആശയങ്ങളുടെ സ്വാധീനം ദൃശ്യമായ മറ്റൊരു മേഖല വിപ്ലവാശയങ്ങളുടെ വളർച്ചയിലായിരുന്നു. 1920 ലെ നിസ്സ

റാം പ്രസാദ് ബിസ്മിൽ

ഭഗത്സിംഗ്

സുഖദേവ്

രാജ്ഗുരു

ചന്ദ്രശേഖർ ആസാദ്

ഹകരണ പ്രസ്ഥാന ത്തിന്റെ പരാജയമാണ് വിപ്ലവവാദത്തിനു ശ ക്തിപകർന്നത്. വിപ്ലവ വാദികളുടെ അഖിലേ ന്ത്യാ സമ്മേളനത്തിനു ശേഷം 1924 ൽ ഹിന്ദു സ്ഥാൻ റിപ്പബ്ലിക്കൻ അസോസിയേഷൻ സ്ഥാപിതമായി. രാജ്യ മോചനത്തിന് സായു ധവിപ്ലവം എന്നതായി രുന്നു അവരുടെ ല ക്ഷ്യം. അതിശക്തമാ യിരുന്നു സർക്കാരിന്റെ അടിച്ചമർത്തൽ നടപ ടികൾ. 1925 ലെ ക കോരി ഗൂഢാലോചന ക്കേസിൽ ഉൾപ്പെടു ത്തി അതിന്റെ അനേ കം പ്രവർത്തകരെ പിടികൂടി. രാമപ്രസാദ് ബിസ്മിൽ, അഷ്ഫ ക്കുള്ള എന്നിവർ ഉൾപ്പെടെ നാലുപേരെ തൂക്കിക്കൊന്നു. ധാരാളംപേർക്ക് തടവുശിക്ഷ ലഭിച്ചു. വിപ്ലവകാരികൾ വളരെ വേഗം തന്നെ സോഷ്യലിസ്റ്റ് ആശയങ്ങളിൽ ആകൃഷ്ടരായി. 1928 ൽ ചന്ദ്രശേഖർ ആസാദ് അധ്യക്ഷനും ഭഗത്സിംഗ്, സുഖദേവ്, രാജ്ഗുരു എന്നിവർ മുഖ്യ അംഗങ്ങളുമായി ഹിന്ദുസ്ഥാൻ സോഷ്യ

ലിസ്റ്റ് റിപ്പബ്ലിക്കൻ അസോസിയേഷൻ സ്ഥാപിതമായി. വിദേശാധിപത്യ ത്തിൽ നിന്നുള്ള മോചനമായിരുന്നു ഇവരുടെ പ്രധാന ലക്ഷ്യം. ഇക്കാല ത്താണ് സൈമൺ കമ്മീഷൻ ഇന്ത്യ സന്ദർശിക്കുന്നത്. 1927 ൽ ഇവിടെ യെത്തിയ കമ്മീഷനെതിരെ അതിശക്തമായ പ്രതിഷേധ പരിപാടികൾ നടന്നു. പ്രകടനങ്ങൾക്കുനേരെ ബ്രിട്ടീഷ് സൈന്യം നടത്തിയ ലാത്തി ച്ചാർജ്ജിനെത്തുടർന്ന് പഞ്ചാബിലെ സിംഹമായിരുന്ന ലാലാലജ്പത്റായ് രക്തസാക്ഷിയായി. ലാലാജിയുടെ മരണത്തിനു പകരംവീട്ടുന്നതിനായി രാജ്ഗുരുവും ഭഗത്സിംഗും ലാത്തിച്ചാർജ്ജിനുത്തരവാദിയായ സാൻഡേ ഴ്സിനെ വെടിവെച്ചുകൊന്നു. ഈ സംഭവത്തിനുശേഷം ജനവിരുദ്ധമായ രണ്ടു ബില്ലുകൾ കേന്ദ്ര ലെജിസ്ലേറ്റീവ് കൗൺസിലിൽ സർക്കാർ അവ തരിപ്പിക്കുന്നതിൽ പ്രതിഷേധിച്ച് 1929ൽ ഭഗത്സിംഗും ബി കെ ദത്തും കൗൺസിൽ ചേമ്പറിലേക്ക് ബോംബെറിഞ്ഞു. രക്ഷപ്പെടാമായിരുന്നിട്ടും അതിനു തയ്യാറാകാതെ തങ്ങളുടെ ആശയങ്ങളും ലക്ഷ്യങ്ങളും അധി കാരവർഗത്തിന് ബോധ്യമാക്കിക്കൊടുക്കാൻ അവർ പിടികൊടുത്തു. വിചാരണകോടതിയിൽ വിശദീകരിക്കുകവഴി തങ്ങളുടെ പ്രത്യയ ശാസ്ത്രം ജനങ്ങൾക്കു മുൻപിലെത്തിക്കാൻ അവർ ആഗ്രഹിച്ചു. അറ സ്റ്റിനു മുൻപ് ഭഗത്സിംഗ് മുഴക്കിയ അനശ്വരമായ മുദ്രാവാക്യമായിരുന്നു "ഇങ്കിലാബ് സിന്ദാബാദ്" എന്നത്. ബംഗാളിൽ വിപ്ലവ പ്രസ്ഥാനങ്ങൾക്ക് ചുക്കാൻ പിടിച്ചത് സൂര്യസെൻ ആയിരുന്നു.

അസംബ്ലിയിൽ ബോംബെറിഞ്ഞതിനെ തുടർന്ന് പിടിക്കപ്പെട്ട ഭഗത്സിംഗിനെയും ബി കെ ദത്തിനെയും കൂടാതെ സുഖ്ദേവും രാജ് ഗുരുവും അറസ്റ്റിലായി. വിചാരണക്കോടതിയിൽ അസാമാന്യ തന്റേടം പ്രകടിപ്പിച്ച ഈ വിപ്ലവകാരികളെ ലാഹോർ ഗൂഢാലോചനാ കേസ് തുടങ്ങി നിരവധി കേസുകളിൽ ഉൾപ്പെടുത്തി. സാമ്രാജ്യത്വത്തിന്റെ പത നത്തിനും തൊഴിലാളിവർഗത്തിന്റെ ഉയർച്ചയ്ക്കുമായി നിലകൊണ്ട ആ സഖാക്കൾ ജയിൽമുറിയിൽ പോലും വിപ്ലവകരമായ പ്രവർത്തനങ്ങളാണ് കാഴ്ചവച്ചത്. ജയിലിനുള്ളിലെ മോശമായ അവസ്ഥയിൽ പ്രതിഷേധിച്ച് ഉപവാസം നടത്തിയ ജതിൻദാസ് 64ദിവസങ്ങൾക്കുശേഷം മരണമടഞ്ഞു. ഭഗത്സിംഗ്, സുഖ്ദേവ്, രാജ്ഗുരു എന്നീ ധീരസഖാക്കളെ 1931 മാർച്ച് 23ന് തൂക്കിക്കൊന്നു. ഇന്ത്യാ ചരിത്രത്തിലെ ഒരിക്കലും മറന്നുകൂടാത്ത അധ്യായമാണ് അവരുടെ പ്രവർത്തന കാലം.

അവഗണിക്കാനാവാതെ ഇടതുപക്ഷം

1930 കൾ ഇന്ത്യൻ രാഷ്ട്രീയത്തിൽ നിയമലംഘന പ്രസ്ഥാന ത്തിന്റെ കാലമായിരുന്നു. 1930 മാർച്ച് 12ന് ഉപ്പുനിയമം ലംക്ഷിക്കുന്നതി നായി ഗാന്ധിജിയും അനുയായികളും ദണ്ഡി കടപ്പുറത്തേക്ക് മാർച്ച് ചെയ്തു. ഏപ്രിൽ 6-ാം തീയതി ഉപ്പുനിയമം ലംഘിച്ചപ്പോൾ അതിന്റെ അലയൊ ലികൾ ഇന്ത്യയിലാകെ മുഴങ്ങി. ഇക്കാലഘട്ടം ഇന്ത്യയിലെ ഇടതുപക്ഷ ത്തിന്റെ വളർച്ചയുടെ കാലം കൂടിയായിരുന്നു. ഇന്ത്യൻ കമ്യൂണിസ്റ്റ് പാർട്ടിയും കോൺഗ്രസ് സോഷ്യലിസ്റ്റ് പാർട്ടിയും പ്രത്യയശാസ്ത്ര

ത്തിന്റെ പതാകാവാഹകരായി. 1929 -30ലെ ആഗോളതലത്തിലുള്ള സാമ്പത്തിക മാന്ദ്യം സോവിയറ്റ് യൂണിയനെ ബാധിക്കാതിരുന്നത് സോഷ്യലിസ്റ്റ് ആശയങ്ങൾക്കുള്ള സ്വീകാര്യത വർദ്ധിപ്പിച്ചു. ദേശീയ പ്രസ്ഥാനത്തിലെ ഇടതുപക്ഷ സ്വാധീനം 1936–37 കാലങ്ങളിൽ നെഹ്റു കോൺഗ്രസിന്റെ അധ്യക്ഷ നായതോടെയും 1938–39 ൽ സുഭാഷ് ചന്ദ്ര ബോസ് അധ്യക്ഷസ്ഥാനത്തേക്ക് വന്നതോടെയും വളരെ വ്യക്തമാക്കപ്പെട്ടു. നെഹ്റുവിന്റെ

പി സി ജോഷി

സോഷ്യലിസ്റ്റ് ആശയങ്ങളുടെ പ്രതിഫലനം അദ്ദേഹത്തിന്റെ കൃതികളിൽ കാണാൻ സാധിക്കും. കമ്യൂണിസ്റ്റുകളുടെ സ്വാധീനം വളർന്നത് 1934 ൽ കമ്യൂണിസ്റ്റ് പാർട്ടി നിരോധിക്കുന്നതിന് കാരണമായി. 1935 ൽ പി സി ജോഷിയുടെ നേതൃത്വത്തിൽ ഇന്ത്യയിലെ കമ്യൂണിസ്റ്റ് പ്രസ്ഥാനം പുനരേകീകരിക്കപ്പെട്ടു. 1938 ഓടെ ഇന്ത്യയിലെ കമ്യൂണിസ്റ്റ് പ്രസ്ഥാനം സാമ്രാജ്യത്വത്തിനെതിരായ പോരാട്ടത്തിൽ കോൺഗ്രസിനോടൊപ്പം കൂടുതൽ അടുത്തു നിന്നു. 1939 ൽ സുഭാഷ് ചന്ദ്രബോസും അനുയായികളും ചേർന്ന് ഇടതുപക്ഷസംഘടനയായ ഫോർവേഡ് ബ്ലോക്ക് സ്ഥാപിച്ചു.

1940 കളിലെ ഇന്ത്യ

രണ്ടാം ലോകമഹായുദ്ധകാലം ഇന്ത്യയെ സംബന്ധിച്ച് നിരവധി മാറ്റങ്ങളുടെ കാലമായിരുന്നു. ജിന്നയുടെ നേതൃത്വത്തിലുള്ള മുസ്ലിം ലീഗ്

ഗാന്ധിജിയും നെഹ്റുവും സഹപ്രവർത്തകർക്കൊപ്പം
(1942 ആഗസ്റ്റിൽ എടുത്ത ചിത്രം)

വേവൽ പ്രഭു

പാകിസ്ഥാൻ രാഷ്ട്രവാദത്തിനു തിരികൊളുത്തി. രണ്ടാം ലോകമഹാ യുദ്ധകാലത്ത് ഫാസിസത്തിനെ തിരെ ഇന്ത്യയുടെ സഹായം ബ്രിട്ടൻ അഭ്യർത്ഥിച്ചു. ഇക്കാല ത്താണ് ക്വിറ്റ് ഇന്ത്യാ സമരത്തി നുള്ള ആഹ്വാനം ഗാന്ധിജിയിൽ നിന്നും ഉയരുന്നത്. എന്നാൽ ഇന്ത്യ യിലെ അടിസ്ഥാനവർഗത്തിന് ഈ ആഹ്വാനം ചെവികൊള്ളാനായില്ല. 1941ൽ ഫാസിസ്റ്റ് ജർമ്മനി സോവി യറ്റ് റഷ്യയെ ആക്രമിച്ച സാഹചര്യ ത്തിൽ ഫാസിസ്റ്റ് ശക്തികളെ പരാ ജയപ്പെടുത്തുന്നതിന് ബ്രിട്ടനുൾപ്പെ ടെയുള്ള സഖ്യശക്തികളെ പിൻതാ ങ്ങേണ്ടതിന്റെ ആവശ്യകത ഇന്ത്യ യിലെ ഇടതുപക്ഷം ഊന്നിപ്പറഞ്ഞു. വ്യാവസായിക ഉൽപ്പാദന രംഗങ്ങ ളിൽ സമാധാനപൂർണ്ണമായ പ്രവർ

ത്തനം ഇക്കാലത്ത് തൊഴിലാളിവർഗ്ഗം പുലർത്തിയതിന്റെ ഫലമായി യുദ്ധത്തിന്റെ ദുരിതങ്ങളിൽ നിന്ന് രാജ്യത്തെ ഒരു പരിധിവരെ രക്ഷപ്പെ ടുത്തുന്നതിന് സാധിച്ചു.

എന്നിരുന്നാലും ക്വിറ്റ് ഇന്ത്യാ സമരത്തോടനുബന്ധിച്ച് ഗാന്ധിജി ഉൾ പ്പെടെയുള്ളവരെ അറസ്റ്റ് ചെയ്ത സാഹചര്യത്തിൽ രാജ്യത്തിന്റെ വിവിധഭാഗ ങ്ങളിലുള്ള തൊഴിലാളികൾ പണിമുടക്കിലൂടെയും പ്രതിഷേധ പ്രകടനങ്ങ ളിലൂടെയും ദേശീയതയോടുള്ള തങ്ങളുടെ ആഭിമുഖ്യം ഉറപ്പിച്ചു നിർത്തി.

ഇക്കാലത്ത് ഇന്ത്യൻ രാഷ്ട്രീയ സാമൂഹിക മണ്ഡലങ്ങളിൽ മുഴ ങ്ങിക്കേട്ട മറ്റൊരു ശബ്ദം സുഭാഷ് ചന്ദ്രബോസിന്റേതായിരുന്നു. 1943ൽ സിംഗപ്പൂരിൽ 'ആസാദ് ഹിന്ദ് ഫൗജ്' സ്ഥാപിക്കുകയും 'ദില്ലി ചലോ', 'ജയ് ഹിന്ദ്' എന്നീ മുദ്രാവാക്യങ്ങൾ ഉയർത്തുകയും ചെയ്ത ആ പോരാളി തന്റെ പോരാട്ടത്തിനിടയിൽതന്നെ ജീവൻവെടിഞ്ഞു. തുടർന്ന് ഡൽഹിയിലെ ചെങ്കോട്ടയിൽ ഐ എൻ എ ഭടൻമാരെ വിചാരണചെ യ്തു. ഇതിനെതിരെ രാജ്യമെങ്ങും പ്രതിഷേധം അലയടിച്ചു. 1946ൽ ഇന്ത്യൻ നേവിയിലെ സൈനികർ നടത്തിയ കലാപമായിരുന്നു മറ്റൊരു പ്രധാന നീക്കം. അവരോട് അനുഭാവം പ്രകടിപ്പിച്ചുകൊണ്ട് 1946 ഫെബ്രു വരി 22ന് മുന്നൂറോളം വരുന്ന സോഷ്യലിസ്റ്റുകാരും കമ്യൂണിസ്റ്റുകാരും പണിമുടക്കും പ്രതിഷേധപ്രകടനവും നടത്തി.

സ്വാതന്ത്ര്യത്തിന്റെ മുറിവ്

ഇന്ത്യയിലെ തീവ്രമായ സമരപരിപാടികളും യുദ്ധാനന്തരം ഇംഗ്ലണ്ടിലുണ്ടായ ഭരണമാറ്റവും സ്വാതന്ത്ര്യത്തിലേക്കു വഴിതെളിച്ചു. ഇന്ത്യയിലെ രാഷ്ട്രീയ സ്ഥിതിഗതികൾ പഠിക്കാനായി 1946 ൽ ക്യാബിനറ്റ് മിഷൻ ഇവിടെയെത്തി. കോൺഗ്രസും ലീഗും തമ്മിൽ അഭിപ്രായ സമന്വയം ഉണ്ടാകാത്ത സാഹചര്യത്തിൽ മിഷനും വൈസ്രോയി വേവൽവേഭുവും ചേർന്ന് ചില നിർദ്ദേശങ്ങൾ മുന്നോട്ടുവച്ചു. ഇതിൻ പ്രകാരം ഒരു ഭരണഘടനാ നിയമ നിർമ്മാണസമിതി രൂപം കൊണ്ടെ ങ്കിലും പാകിസ്ഥാനുവേണ്ടിയുള്ള ലീഗിന്റെ പ്രവർത്തനങ്ങൾ വർഗീയ ലഹളകൾക്ക് വഴിതെളിച്ചു. ഒടുവിൽ 1947 ജൂൺ 3 ന് ഇന്ത്യയെ വിഭജി

മൗണ്ട് ബാറ്റൺ പ്രഭു

ക്കാനുള്ള പദ്ധതി ഗവർണർ ജനറൽ ലൂയി മൗണ്ട് ബാറ്റൺ തയ്യാറാക്കി. കോൺഗ്രസ് നേതാക്കളുൾപ്പെടെയുള്ളവർ വിഭജനത്തെ പിന്താങ്ങി. അങ്ങനെ 1947 ആഗസ്ത് 14 ന് പാകിസ്ഥാൻ ആഗസ്ത് 15 ന് ഇന്ത്യ എന്നീ രണ്ടു സ്വതന്ത്ര രാഷ്ട്രങ്ങൾ ഏഷ്യാഭുഖണ്ഡത്തിൽ പിറവിയെടുത്തു.

പുതിയ ഇന്ത്യ, പുതിയ ജനത

ആയിരത്തി തൊള്ളായിരത്തി നാല്‍പ്പത്തിയേഴ് ആഗസ്റ്റ് 15 മുതല്‍ ഇങ്ങോട്ടുള്ള ഇന്ത്യയുടെ ചരിത്രം സംഭവബഹുലമായിരുന്നു. ഒട്ടേറെ വെല്ലുവിളികളും പ്രതിസന്ധികളും നിറഞ്ഞ വര്‍ഷങ്ങളാണ് കടന്നു വന്നത്. ജവഹര്‍ലാല്‍ നെഹ്റുവില്‍ തുടങ്ങി മന്‍മോഹന്‍സിംഗില്‍ എത്തി നില്‍ക്കുന്ന ഭരണാധികാരികള്‍ വികസനോന്മുഖമായ ഒട്ടേറെ പദ്ധതികള്‍ അവതരിപ്പിച്ചു. അതേ സമയം ജനതയെ മുന്നില്‍ കാണാതെയുള്ള ചില വികസന പരിപാടികളും നടപ്പിലായി. സോഷ്യലിസ്റ്റ് ശൈലിയുടെ കൂട്ടുപിടിച്ച് രൂപപ്പെടുത്തിയ

ജവഹര്‍ലാല്‍ നെഹ്റു

ഒരു സാമ്പത്തിക വ്യവസ്ഥ ഇന്ന് ഏകദേശം പൂര്‍ണ്ണമായും സ്വകാര്യവല്‍ക്കരണ-ഉദാരവല്‍ക്കരണ-ആഗോളീകരണ പാതയില്‍ എത്തിയിരിക്കുന്നു. ഇന്ത്യയിലെ വരുമാനത്തിന്റെ ഏകദേശം 33%വും കൈയാളുന്നത് മുകള്‍തട്ടിലുള്ള 10 ശതമാനത്തോളം മാത്രം വരുന്ന ഒരു വിഭാഗമാണ് എന്നതാണ് ഇന്നിന്റെ യാഥാര്‍ത്ഥ്യം. ദരിദ്രന്‍ കൂടുതല്‍ ദരിദ്രവല്‍ക്കരിക്കപ്പെട്ടുകൊണ്ടിരിക്കുകയും ധനികര്‍ മാത്രം ധനികരായിക്കൊണ്ടിരിക്കുകയും ചെയ്യുന്ന ഒരു സാമൂഹ്യാവസ്ഥയാണ് പൊതുവെ കാണാന്‍ സാധിക്കുന്നത്.

കഥ തുടരുമ്പോള്‍

ഇന്ത്യ-പാകിസ്ഥാന്‍ വിഭജനത്തിനു മുമ്പ് തന്നെ ആരംഭിച്ച ഹിന്ദു

മഹാത്മാഗാന്ധിയുടെ അന്ത്യയാത്ര

മുസ്ലിം വർഗീയലഹള അതേ ശക്തിയോടെ വിഭജനാനന്തരവും തുടർന്നു. മുസ്ലിം രാജ്യമായി മാറിയ പാകിസ്ഥാനിൽ നിന്നും അക്രമം ഉണ്ടായേ ക്കാവുമെന്ന ഭയം, പടിഞ്ഞാറൻ പഞ്ചാബ്, വടക്കു പടിഞ്ഞാറൻ അതിർത്തി പ്രവിശ്യകൾ, ബലൂചിസ്ഥാൻ, കിഴക്കൻ ബംഗാൾ തുടങ്ങിയ പ്രദേശങ്ങളിൽ നിന്നെല്ലാം ഒട്ടേറെ ഹിന്ദുക്കളെയും സിഖുകാരെയും ഇന്ത്യയിലേക്ക് പലായനം ചെയ്യുന്നതിലേക്കെത്തിച്ചു. വർഗീയ കലാപ ങ്ങളിൽ പതിനായിരക്കണക്കിന് ആളുകൾ കൊല്ലപ്പെട്ടു. ഇന്ത്യ, പാക്കി സ്ഥാൻ എന്നിവിടങ്ങളിലെ രാഷ്ട്രീയ നേതൃത്വങ്ങളുടെയും മഹാത്മാ ഗാന്ധിയുടെയും അക്ഷീണപ്രയത്നങ്ങൾക്കൊടുവിൽ സെപ്തംബർ ആദ്യപകുതിയിൽ തന്നെ സമാധാനം പുനഃസ്ഥാപിക്കാൻ കഴിഞ്ഞു.

1948 ജനുവരി 30 ന് നാഥുറാം ഗോഡ്സെ എന്ന തീവ്ര ഹിന്ദുത്വവാദി മഹാത്മാഗാന്ധിയെ വെടിവെച്ചു കൊന്നു. ഇന്ത്യൻ ജനതയെ ഒന്നടങ്കം ഞെട്ടിച്ച ഈ സംഭവം ഡൽഹിയിലെ ബിർലാമന്ദിരത്തിനു സമീപമാണ് നടന്നത്. ലോകത്തിന്റെ വിവിധ ഭാഗങ്ങളിൽ നിന്ന് പതിനായിരക്കണ ക്കിന് ആളുകൾ ഗാന്ധിജിയുടെ മരണത്തിൽ അനുശോചനവുമായി ഡൽഹിയിലേക്ക് ഒഴുകി.

നാട്ടുരാജ്യങ്ങളുടെ സംയോജനം

സ്വാതന്ത്ര്യം ലഭിക്കുന്ന സമയത്ത് 17 പ്രവിശ്യകളും നൂറുകണക്കിന്

നാട്ടുരാജ്യങ്ങളുമായി ചിതറിക്കിടക്കുന്ന ഒരു പ്രദേശമായിരുന്നു ഇന്ത്യ. ഇവയെ എല്ലാം സംയോജിപ്പിച്ച് കെട്ടുറപ്പുള്ള ഒരു രാഷ്ട്രമുണ്ടാക്കുക എന്നത് ഒരു ഭഗീരഥ പ്രയത്നം തന്നെയായിരുന്നു. സ്വതന്ത്രഇന്ത്യയിലെ ആദ്യത്തെ ആഭ്യന്തരമന്ത്രിയായിരുന്ന സർദാർ വല്ലഭായ് പട്ടേൽ ആണ് ഈ പ്രവർത്തനത്തിന് നേതൃത്വം നൽകിയത്. നാട്ടുരാജാക്കന്മാരുമായി സംസാരിച്ച് സമവായമുണ്ടാക്കിയാണ് ഇത് പ്രാവർത്തികമാക്കിയത്. എന്നാൽ ഹൈദരാബാദ് നൈസാം ഇന്ത്യയിൽ ലയിക്കാൻ ഇഷ്ടപ്പെട്ടിരുന്നില്ല. സർക്കാരിന്റെ അനുനയശ്രമങ്ങളെല്ലാം പരാജയപ്പെട്ടതിനെ തുടർന്ന് 1948 സെപ്തംബർ 13 നും

സർദാർ പട്ടേൽ

17 നും ഇടയിലായി നടന്ന പട്ടാള നടപടികൾക്കൊടുവിലാണ് ഹൈദരാബാദ് ഇന്ത്യയുടെ ഭാഗമായിത്തീർന്നത്. തൊട്ടടുത്ത വർഷം തന്നെ അത് ഇന്ത്യയിലെ ഒരു സംസ്ഥാനമായി മാറി. സ്വാതന്ത്ര്യാനന്തരവും, പോർച്ചുഗീസ് അധീനതയിൽ തുടർന്നു വരികയായിരുന്ന ഗോവ 1961 ഡിസംബർ 19 ന് വിമോചിപ്പിക്കപ്പെട്ട് ഇന്ത്യൻ യൂണിയനിൽ ലയിച്ചു. അതോടൊപ്പം പോർച്ചുഗീസ് അധീനതയിൽ തന്നെ ഉണ്ടായിരുന്ന ദാമൻ ദിയു പ്രദേശങ്ങൾ കേന്ദ്രഭരണ പ്രദേശങ്ങളാക്കി മാറ്റി. അതുപോലെ നൂറ്റിയറുപതോളം വർഷക്കാലം ഫ്രഞ്ച് അധീനതിയിലായിരുന്ന പുതുച്ചേരി (അന്നത്തെ പോണ്ടിച്ചേരി-കാരയ്ക്കൽ, യാനം, മാഹി , പോണ്ടിച്ചേരി എന്നീ പ്രദേശങ്ങൾ ചേർന്നത്) 1954 നവംബർ 1 ന്

പോണ്ടിച്ചേരിയിലെ ഫ്രഞ്ച് ഇൻസ്റ്റിറ്റ്യൂട്ട്

ഒരു കേന്ദ്രഭരണ പ്രദേശമായി ഇന്ത്യൻ യൂണിയനിൽ ലയിച്ചു.

തെരഞ്ഞെടുപ്പുകൾ

ഇന്ത്യ ഒരു റിപ്പബ്ലിക് ആയി മാറിയതിനുശേഷമാണ് പൊതുതെരഞ്ഞെടുപ്പുകളുടെ സമ്പ്രദായം ആരംഭിച്ചത്. 1951–1952 വർഷങ്ങളിലായാണ് ആദ്യത്തെ പൊതു തെരഞ്ഞെടുപ്പ് നടന്നത്. കോൺഗ്രസ് പാർട്ടി വൻഭൂരിപക്ഷത്തോടെ അധികാരത്തിൽ വരികയും ജവഹർലാൽ നെഹ്റു

ലാൽ ബഹദൂർ ശാസ്ത്രി

വീണ്ടും പ്രധാനമന്ത്രിയായി അധികാര മേൽക്കുകയും ചെയ്തു.

1957ലാണ് രണ്ടാം ലോകസഭയിലേക്കുള്ള തെരഞ്ഞെടുപ്പ് നടന്നത്. ഭാഷാടിസ്ഥാനത്തിലുള്ള സംസ്ഥാന രൂപീകരണത്തിനു ശേഷം നടക്കുന്ന ആദ്യ തെരഞ്ഞെടുപ്പായിരുന്നു ഇത്. ആകെ നിലവിലിരുന്ന 494 സീറ്റുകളിൽ 371 എണ്ണവും നേടിയ കോൺഗ്രസ് നെഹ്റുവിന്റെ നേതൃത്വത്തിൽ വീണ്ടും അധികാരത്തിലെത്തി.

1962 ൽ നടന്ന മൂന്നാം ലോക്സഭാ തിരഞ്ഞെടുപ്പിലും സ്ഥിതി വ്യത്യസ്തമായിരുന്നില്ല. 494 സീറ്റുകളിൽ 361 എണ്ണവും നേടിയ കോൺഗ്രസ് നെഹ്റു

വിന്റെ തോളിലേറി വീണ്ടും അധികാരത്തിലെത്തി. 1964 മെയ് 29 ന് ജവഹർലാൽ നെഹ്റുവിന്റെ മരണത്തെത്തുടർന്ന് ഗുൽസാരിലാൽ നന്ദ ഇടക്കാല പ്രധാനമന്ത്രിയായി നിയമിതനായി. താമസിയാതെ ലാൽ ബഹദൂർ ശാസ്ത്രി ഇന്ത്യയുടെ പുതിയ പ്രധാന മന്ത്രിയായി അധികാരമേറ്റെടുത്തു. 1965 ൽ കശ്മീരിനെച്ചൊല്ലി നടന്ന ഇന്ത്യാ–പാകിസ്ഥാൻ യുദ്ധം അവസാനിപ്പിക്കുന്നതിന് സോവിയറ്റ് യൂണിയൻ ഇടപെട്ട് സന്ധിസംഭാഷണം നടക്കുകയും സോവിയറ്റ് യൂണിയനിലെ താഷ്കന്റിൽ വെച്ച് 1966 ജനുവരി 10 ന് ശാസ്ത്രിയും പാക് പ്രസിഡന്റ് അയൂബ്ഖാനും സന്ധി ഒപ്പുവെക്കുകയും ചെയ്തു. ജനുവരി 11 ന് വെളുപ്പിന് ഹൃദയസ്തംഭനം മൂലം ശാസ്ത്രി മരിച്ചതിനെത്തുടർന്ന് ഗുൽസാരിലാൽ നന്ദ വീണ്ടും ഇടക്കാല പ്രധാനമന്ത്രിയായി. ഇക്കാലയളവിലാണ് നെഹ്റുവിന്റെ മകളായ ഇന്ദിരാഗാന്ധി കോൺഗ്രസിന്റെ നേതൃസ്ഥാനത്ത് വരുന്നത്. ഇവിടെ കോൺഗ്രസിലെ 'മക്കൾ' രാഷ്ട്രീയത്തിന് തുടക്കം കുറിക്കുകയായിരുന്നു. അന്ന് ഇൻഫർമേഷൻ ആന്റ് ബ്രോഡ്കാസ്റ്റിങ് മന്ത്രിയായിരുന്ന ഇന്ദിരാഗാന്ധി ഇന്ത്യയുടെ പ്രധാനമന്ത്രിയായി അവരോധിക്കപ്പെട്ടു. പ്രധാനമന്ത്രിസ്ഥാനത്തെത്തുന്ന ഇന്ത്യയിലെ ആദ്യത്തെയും ലോകത്തിലെ രണ്ടാമത്തെയും വനിതയാണ് ഇന്ദിരാഗാന്ധി.

1967 ൽ നാലാം ലോകസഭയിലേക്ക് നടന്ന തെരഞ്ഞെടുപ്പ് കോൺഗ്രസിന്റെ ശക്തി ക്ഷയിച്ചു തുടങ്ങുന്നതായി തെളിയിക്കുന്നതായിരുന്നു. അന്നത്തേക്ക് 520 ആയി വർദ്ധിപ്പിച്ചിരുന്ന ലോകസഭാ സീറ്റുകളിൽ 283 എണ്ണം മാത്രമേ കോൺഗ്രസിന് ലഭിച്ചുള്ളൂ. ഇന്ദിരാഗാന്ധി വീണ്ടും ഭരണനേതൃത്വം ഏറ്റെടുത്തു. വിലക്കയറ്റം, തൊഴിലില്ലായ്മ, സാമ്പത്തിക വളർച്ചയുടെ മുരടിച്ച, ഭക്ഷ്യപ്രതിസന്ധി എന്നിവയെല്ലാം കോൺഗ്ര

സിനും ഇന്ദിരാഗാന്ധിക്കും മങ്ങലേൽപ്പി
ച്ചുകൊണ്ടിരുന്നു.

ഇന്ദിരാഗാന്ധിയും കോൺഗ്ര
സിന്റെ സംഘടനാനേതൃത്വവും തമ്മി
ലുണ്ടായ അഭിപ്രായഭിന്നതകൾ 1969 ൽ
കോൺഗ്രസിന്റെ പിളർപ്പിലെത്തിനിന്നു.
കോൺഗ്രസിന്റെ ഔദ്യോഗിക വിഭാഗം
പിൽക്കാലത്ത് ജനതാപാർട്ടിയിൽ ലയി
ക്കുകയാണുണ്ടായത്. ഇന്ദിരയുടെ
നേതൃത്വത്തിൽ രൂപം കൊണ്ട പുതിയ
പാർട്ടി കോൺഗ്രസ് (ആർ) എന്നറിയ
പ്പെട്ടു.

കാലാവധി പൂർത്തിയാക്കുന്നതിന്
മുമ്പ് ഇന്ദിരാഗാന്ധി 1970 ഡിസംബറിൽ
നാലാം ലോകസഭ പിരിച്ചുവിട്ടു. 1971 ൽ
നടന്ന പൊതുതെരഞ്ഞെടുപ്പിൽ 518 ൽ

ഇന്ദിരാഗാന്ധി

352 സീറ്റുകൾ നേടിക്കൊണ്ട് ഇന്ദിരാഗാന്ധിയുടെ നേതൃത്വത്തിലുള്ള
കോൺഗ്രസ് അഞ്ചാം ലോകസഭ രൂപീകരിച്ചു. 1970 കളുടെ ആദ്യപാതി
യിൽ ഇന്ത്യയിലുടനീളം സാമൂഹികസാമ്പത്തിക പ്രശ്നങ്ങൾ തലപൊ
ക്കിക്കൊണ്ടിരുന്നു. 1974 ൽ അലഹബാദ് ഹൈക്കോടതി ഒരു തെരഞ്ഞെ
ടുപ്പു കേസിൽ ഇന്ദിരാഗാന്ധിക്കെതിരായി വിധി പറയുകയുണ്ടായി.
ഇതെല്ലാം ഇന്ദിരാഗാന്ധിയുടെ രാജി ആവശ്യപ്പെട്ട് രാജ്യവ്യാപകമായി
വൻ പ്രക്ഷോഭങ്ങൾ നടക്കുന്നതിനിടയാക്കി. ഇതിനെത്തുടർന്ന് 1975 ജൂൺ
25 ന്, രാജ്യത്തിന്റെ ആഭ്യന്തരസ്ഥിതി വഷളാകുന്നു എന്ന കാരണം
പറഞ്ഞ് ഇന്ദിരാഗാന്ധിയുടെ നിർദ്ദേശപ്രകാരം രാഷ്ട്രപതി ഫക്രുദ്ദീൻ

മൊറാർജി ദേശായി

അലി അഹമ്മദ് രാജ്യത്ത് ആഭ്യന്തര അടി
യന്തരാവസ്ഥ പ്രഖ്യാപിച്ചു. ഇന്ത്യയുടെ
ചരിത്രത്തിലെ കുപ്രസിദ്ധമായ ഒരു കാല
ഘട്ടത്തിന്റെ തുടക്കമായിരുന്നു അത്. എല്ലാ
പൗരാവകാശങ്ങളും നിഷേധിച്ചുകൊണ്ട്,
പത്രമാധ്യമങ്ങൾക്കെല്ലാം കർശനമായ
സെൻസറിങ്ങ് ഏർപ്പെടുത്തിക്കൊണ്ട്,
പ്രശ്നക്കാരാണെന്ന് തോന്നുന്നവരെയും
അല്ലാത്തവരെയും ജയിലിലടച്ചുകൊണ്ട്
അടിയന്തരാവസ്ഥയുടെ കരാളദിനങ്ങൾ
കടന്നുപോയി. 1976 ൽ ലോകസഭയുടെ
കാലാവധി ഒരു വർഷത്തേക്കുകൂടി ദീർഘി
പ്പിക്കുന്ന ബിൽ അവതരിപ്പിച്ചു. വൻ
പ്രക്ഷോഭങ്ങൾക്കൊടുവിൽ അടിയന്തരാവ

സ്ഥയിൽ അയവു വരുത്തിക്കൊണ്ട് ആറാം ലോക്സഭയ്ക്കായുള്ള പൊതുതെരഞ്ഞെടുപ്പ് പ്രഖ്യാപിക്കപ്പെട്ടു.

1977 ൽ നടന്ന തെരഞ്ഞെടുപ്പ് ഇന്ദിരാഗാന്ധിയുടെയും കോൺഗ്ര സിന്റെയും ദയനീയ പരാജയത്തിനിടയാക്കി. സീറ്റുകളുടെ എണ്ണം 542 ആയി ഉയർത്തിയിരുന്നെങ്കിലും ഇന്ദിരാ കോൺഗ്രസിന് വെറും 154 സീറ്റു കൾ മാത്രമേ ലഭിച്ചുള്ളൂ. 1977 മാർച്ച് 21 ന് അടിയന്തരാവസ്ഥ പൂർണ മായും പിൻവലിക്കപ്പെട്ടു. ഒന്നിലധികം പ്രതിപക്ഷ പാർട്ടികൾ ഒരുമിച്ച് ചേർന്ന് രൂപീകരിച്ച ജനതാപാർട്ടി അവരുടെ നേതാവായി മൊറാർജി ദേശായിയെ തെരഞ്ഞെടുത്തു. 1977 മാർച്ച് 24 ന് സ്വതന്ത്ര ഇന്ത്യയിലെ ആദ്യത്തെ കോൺഗ്രസിതര പ്രധാനമന്ത്രിയായി മൊറാർജി ദേശായി അധികാരമേറ്റു. ഈ സർക്കാർ അടിയന്തരാവസ്ഥക്കാലത്തെ സർക്കാ രിന്റെ അധികാര ദുർവിനിയോഗ നടപടികൾക്കെതിരെ അന്വേഷണം നട ത്തുകയും അക്കാലത്ത് നിലവിൽ വന്ന പല സ്വേച്ഛാധിപത്യ പ്രവണത കളെയും ഇല്ലാതാക്കുകയും ചെയ്തു.

ജനതാ ഭരണക്കാലവും പ്രശ്നവിമുക്തമായിരുന്നില്ല. സാമ്പത്തികാ വസ്ഥ പ്രശ്നത്തിലാവുകയും കാർഷിക–വ്യാവസായിക മേഖലകളിൽ വളർച്ചാമുരടിപ്പിന്റെ ലക്ഷണങ്ങൾ തലപൊക്കുകയും ചെയ്യാൻ തുടങ്ങി. 1979 ആകുമ്പോഴേക്കും പണപ്പെരുപ്പവും ഉയർന്നനിരക്കിൽ വർദ്ധിച്ചു. കൂട്ടുകക്ഷിക്കുള്ളിലെ പ്രശ്നങ്ങളും സർക്കാരിന്റെ പ്രവർത്തനത്തെ സാ രമായി ബാധിച്ചു. 1979 ൽ ചരൺസിങ്ങിന്റെ രാജിയെത്തുടർന്ന് ഭൂരിപക്ഷം നഷ്ടപ്പെട്ട മൊറാർജി സർക്കാർ അധികാരമൊഴിയുകയും ഒരാഴ്ചയ്ക്കു ശേഷം ഇന്ദിരാഗാന്ധിയുടെ പുറമേ നിന്നുള്ള പിന്തുണയോടെ ചരൺസി ങ്ങിന്റെ നേതൃത്വത്തിൽ പുതിയ സർക്കാർ രൂപം കൊള്ളുകയും ചെയ്തു. പക്ഷേ, അദ്ദേഹത്തിന് പാർലമെന്റിനെ ഒരിക്കൽ പോലും അഭിമുഖീക രിക്കേണ്ടി വന്നില്ല. ഇന്ദിരാഗാന്ധി പിന്തുണ പിൻവലിച്ചതിനെത്തുടർന്ന് ആ സർക്കാരും താഴെ വീണു.

അടുത്ത പൊതുതെരഞ്ഞെടുപ്പ് 1980 ലാണ് നടന്നത്. ഇന്ദിരയും കോൺഗ്രസും ഇതിൽ പുനർജനിച്ചു. ആകെയുള്ള 529 സീറ്റിൽ 353 എണ്ണവും ഇന്ദിരയുടെ നേതൃത്വത്തിലുള്ള കോൺഗ്രസ്(ഐ) നേടി. പഞ്ചാബിലും ആസാമിലും മറ്റും പ്രശ്നങ്ങൾ തലപൊക്കുകയായിരു ന്നു. 1984 ൽ പഞ്ചാബിലെ സുവർണ ക്ഷേത്രത്തിൽ ഒളിച്ചിരുന്ന ഖാലി സ്ഥാൻ തീവ്രവാദികളെ ഒഴിപ്പിക്കുന്നതിനായി ഇന്ദിരാഗാന്ധി നടത്തിയ ഓപ്പറേഷൻ ബ്ലൂസ്റ്റാർ പദ്ധതി ഒട്ടേറെ സിവിലിയൻമാർ കൊല്ലപ്പെടുന്ന തിനും സുവർണക്ഷേത്രത്തിന് കേടുപാടുകൾ പറ്റുന്നതിനും ഇടയാക്കി. സിഖ്മതവികാരം വ്രണപ്പെട്ടതിനെതുടർന്ന്, സിഖുകാരായ സ്വന്തം അംഗ രക്ഷകരാൽ 1984 ഒക്ടോബർ 31 ന് ഇന്ദിരാഗാന്ധി കൊല്ലപ്പെട്ടു. കോൺഗ്രസ് നേതൃത്വത്തിന് അധികമൊന്നും ചിന്തിക്കാനുണ്ടായിരുന്നി ല്ല. ഇന്ദിരാഗാന്ധിയുടെ പുത്രൻ രാജീവ് ഗാന്ധിയിൽ അധികാരത്തിന്റെ കിരീടവും ചെങ്കോലുമെത്തി. അതേ ദിവസം രാത്രി ഇന്ത്യയുടെ അടുത്ത പ്രധാനമന്ത്രിയായി രാജീവ് ഗാന്ധി സത്യപ്രതിജ്ഞ ചെയ്തു. യുവാവും

രാജീവ്ഗാന്ധി

പാർലമെന്റിൽ കാര്യമായ അനുഭവ ജ്ഞാനം ഇല്ലാത്ത വ്യക്തിയുമായിരുന്നു രാജീവ്. എങ്കിലും രാഷ്ട്രീയം ഒരു തൊഴിലാക്കി മാറ്റിയ കോൺഗ്രസിലെ സ്ഥിരം ആളുകളുടെ അഴിമതിയും കെടുകാര്യസ്ഥതയും കണ്ട് മടുത്ത ജന ങ്ങൾ രാജീവ് ഗാന്ധിയിൽ പ്രതീക്ഷ യർപ്പിക്കാനാരംഭിച്ചു.

ഏഴാം ലോകസഭ പിരിച്ചുവിട്ട് രാജീവ് ഗാന്ധി 1984 ൽ അടുത്ത തിര ഞ്ഞെടുപ്പിന് കളമൊരുക്കി. ഇന്ദിരാഗാ ന്ധിയുടെ മരണത്തിൽ അലയടിച്ചു യർന്ന സഹതാപതരംഗം വോട്ടുകളുടെ രൂപത്തിൽ കോൺഗ്രസിന്റെ പോക്കറ്റി ലെത്തി. ഇന്ത്യൻ ചരിത്രം കണ്ട ഏറ്റവും വലിയ ഭൂരിപക്ഷത്തോടെ ആകെയുള്ള (പഞ്ചാബിലും ആസാമിലും '85 ലാണ് തിരഞ്ഞെടുപ്പ് നട ന്നത്) 542 സീറ്റിൽ 415 ഉം നേടിക്കൊണ്ട് രാജീവ്ഗാന്ധി പ്രധാനമന്ത്രി സ്ഥാനത്തേക്ക് നടന്നു കയറി.

വിദേശ നാണ്യത്തിന്മേലും വിദേശ നിക്ഷേപത്തിന്മേലും ഇറക്കുമ തിയുടെ മേലെയും മറ്റും ഉണ്ടായിരുന്ന കർശന നിയന്ത്രണങ്ങളിൽ അയ വുവരുത്തിക്കൊണ്ടാണ് രാജീവ്ഭരണത്തിന് തുടക്കമായത്. പ്രതിരോധ സംവിധാനങ്ങൾ മെച്ചപ്പെടുത്തുന്നതിലായിരുന്നു പിൽക്കാലത്ത് രാജീ വിന്റെ പ്രധാന ശ്രദ്ധ. ആകെ സർക്കാർ ചെലവിന്റെ അഞ്ചിലൊരു ഭാഗം പ്രതിരോധാവശ്യങ്ങളിലേക്ക് വിനിയോഗിക്കപ്പെടുകയുണ്ടായി. 1987 ൽ ഉയർന്നുവന്ന ബോഫോഴ്സ് വിവാദം രാജീവ് മന്ത്രിസഭയുടെ ശവപ്പെ ട്ടിക്ക് ആണിയടിക്കാൻ പോന്നത്രയും വലുതായിരുന്നു. രാജീവ് ഗാന്ധി മന്ത്രി സഭയിൽ ആദ്യം ധനകാര്യമന്ത്രിയും പിന്നീട് പ്രതിരോധമന്ത്രിയുമായിരുന്ന വി പി സിങ്ങാണ് കോൺഗ്രസുകാർക്ക് എതി രായ ബോഫോഴ്സ് അടക്കമുള്ള അഴിമതി ആരോപണങ്ങൾ പുറത്തുകൊണ്ടുവന്ന ത്. ഈ സംഭവം രാജീവിന്റെ പൊതുസ മ്മതി വൻതോതിൽ ഇടിയുന്നതിനും വി പി സിങ്ങിന് അഖിലേന്ത്യാ തലത്തിൽ തന്നെ വൻ ജനസമ്മതി ലഭിക്കുന്നതിനും ഇടയാക്കി. ഒമ്പതാം നിയമസഭയിലേക്ക് 1989 ൽ നടന്ന തെരഞ്ഞെടുപ്പിൽ ഈ വസ്തുത വ്യക്തമായി.

വി പി സിങ്

1989 ൽ നടന്ന തെരഞ്ഞെടുപ്പ് കോൺ

വർഗീയവാദികൾ ബാബറി മസ്ജിദ് തകർക്കുന്നു

ഗ്രസിന് ഒരു കനത്ത പ്രഹരമായിരുന്നു. 529 ൽ വെറും 197 സീറ്റു കൾ കൊണ്ട് കോൺഗ്ര സിന് തൃപ്തിപ്പെടേണ്ടി വന്നു. ആർക്കും തന്നെ സർക്കാർ രൂപീകരിക്കു ന്നതിനാവശ്യമായ ഭൂരി പക്ഷമില്ലായിരുന്നു. വി പി സിങ്ങിന്റെ നേതൃത്വ ത്തിലുള്ള നാഷണൽ ഫ്രണ്ട് 146 സീറ്റുകൾ നേടി. 86 സീറ്റുകളുള്ള ബി ജെ പിയുടെയും 52 സീറ്റുകളുള്ള ഇടതുപ ക്ഷത്തിന്റെയും പുറ ത്തുനിന്നുള്ള പിന്തുണ യോടെ സ്വതന്ത്ര ഇ ന്ത്യയിലെ രണ്ടാമത്തെ കോൺഗ്രസിതര ഗവൺമെന്റ് വിശ്വനാഥ് പ്രതാപ് സിങ്ങിന്റെ നേതൃത്വ ത്തിൽ അധികാരമേറ്റു. കീഴ്ജാതിക്കാർക്കായുള്ള സംവരണത്തിനുവേണ്ടി വാദിക്കുന്ന മണ്ഡൽ കമ്മീഷൻ റിപ്പോർട്ട് നടപ്പിൽ വരുത്താൻ നോക്കി യതിനെത്തുടർന്ന് ബി ജെ പി ഈ സർക്കാരുമായി ഉരസൽ ആരംഭിച്ചി രുന്നു. ബി ജെ പി അവരുടെ പ്രധാന വിഷയമായ അയോധ്യ രാമജന്മ ഭൂമിയുമായി ബന്ധപ്പെട്ട് രാജ്യത്തുടനീളം പ്രചരണം ആരംഭിച്ചു. ഇതിന്റെ ഭാഗമായി എൽ കെ അദ്വാനിയുടെ നേതൃത്വത്തിൽ നടന്ന രഥയാത്ര വിവാദ പ്രദേശമായ അയോധ്യയിലെത്തുന്നതിനുമുമ്പ് അറസ്റ്റ് ചെയ്യാൻ സിങ് നിർദ്ദേശിച്ചു. എരിതീയിൽ എണ്ണ കൂടി ഒഴിച്ചപ്പോൾ ഫലം വി പി സിങ്ങിനുള്ള ബി ജെ പി പിന്തുണ നഷ്ടപ്പെട്ടു എന്നതായിരുന്നു. അപ്പോ ഴേക്കും വി പി സിങ്ങിന്റെ പക്ഷത്തുനിന്നും വേലി ചാടിയ ചന്ദ്രശേഖർ ജനതാദൾ (സെക്കുലർ) എന്ന പാർട്ടിക്ക് രൂപം നൽകി. വി പി സിങ് രാജിവെച്ചപ്പോൾ രാജീവ് ഗാന്ധിയുടെയും കോൺഗ്രസിന്റെയും പിന്തു ണയോടെ 1990 നവംബർ 10 ന് ചന്ദ്രശേഖർ ഇന്ത്യയുടെ പ്രധാനമന്ത്രി യായി അധികാരമേറ്റെടുത്തു. കോൺഗ്രസ് ഉദ്ദേശിക്കുന്നത്രയും കാലം മന്ത്രിസഭ തള്ളിക്കൊണ്ടുപോവുക എന്ന ഒറ്റ ലക്ഷ്യം മാത്രമേ കോൺഗ്ര സിന് അപ്പോൾ ഉണ്ടായിരുന്നുള്ളൂ.

1991 മാർച്ച് 5 ന് കോൺഗ്രസ് ചന്ദ്രശേഖർ ഗവൺമെന്റിന് നൽകിയ പിന്തുണ പിൻവലിച്ചു. മെയ് മാസത്തിൽ പത്താം ലോകസഭയിലേക്കുള്ള തെരഞ്ഞെടുപ്പ് നടത്താൻ തീരുമാനിക്കപ്പെട്ടു. 1991 മെയ് 21 ന് മദ്രാസിന

ടുത്തുള്ള ശ്രീപെരുമ്പത്തൂരിൽ തെര
ഞ്ഞെടുപ്പ് യോഗത്തിനിടയിൽ മനുഷ്യ
ബോംബ് രൂപത്തിൽ വന്ന എൽ ടി ടി
ഇ ചാവേർ രാജീവ് ഗാന്ധിയെ വധി
ച്ചു. ഇന്ത്യയൊട്ടാകെ അലയടിച്ച സഹ
താപരംഗം വീണ്ടും കോൺഗ്രസിന്റെ
രക്ഷയ്ക്കെത്തി. പി വി നരസിംഹറാവു
രൂപീകരിച്ച കോൺഗ്രസ് ന്യൂനപക്ഷ
സർക്കാർ ക്രമേണ വിശ്വാസവോട്ട്
നേടുകയും അഞ്ച് വർഷം തികച്ച് ഭരി
ക്കുകയും ചെയ്തു. റാവുവും ധനകാ
ര്യമന്ത്രി മൻമോഹൻസിങ്ങും ചേർന്ന്
പുത്തൻ സാമ്പത്തിക നയങ്ങൾ രൂപീ
കരിക്കുയും ഉദാരവൽക്കരണം, സ്വകാ
ര്യവൽക്കരണം, ആഗോളീകരണം

നരസിംഹറാവു

എന്നിവയിലധിഷ്ഠിതമായ ഒരു പുതിയ വ്യവസ്ഥയ്ക്ക് തുടക്കം കുറി
ക്കുകയും ചെയ്തു. പക്ഷേ, റാവുവിന്റെ ഭരണവും ഒരു വൻ പരാജയ
മായിരുന്നു. അയോധ്യ മുൻനിർത്തി വളർന്നുവന്ന ഒരു വൻ വർഗീയ
ധ്രുവീകരണം കണ്ടില്ലെന്ന് നടിച്ച ഈ സർക്കാരിന് 1992 ഡിസംബർ 6ന്
വർഗീയ വാദികൾ ബാബറി മസ്ജിദ് തകർത്തപ്പോൾ, ആ ഹീനപ്രവൃത്തി
നോക്കിനിൽക്കാൻ മാത്രമേ കഴിഞ്ഞുള്ളൂ. റാവുവിന്റെ അവസാന മാസ
ങ്ങൾ ഹവാല ഇടപാടുകളുടെയും മറ്റ് അഴിമതികളുടെയും ദുർഗന്ധം
നിറഞ്ഞതായിരുന്നു. ഏതായാലും റാവുസർക്കാർ അഞ്ച് വർഷം പൂർത്തി
യാക്കി.

1996 ലാണ് പതിനൊന്നാം ലോക്സഭയിലേക്കുള്ള തെരഞ്ഞെടുപ്പ്
നടന്നത്. ഈ തെരഞ്ഞെടുപ്പിൽ
ആകെ 543 സീറ്റുകളിൽ 161 എണ്ണം
നേടിയ ബി ജെ പി രാജ്യത്തെ ഏറ്റ
വും വലിയ ഒറ്റക്കക്ഷിയായി. അടൽ
ബിഹാരി വാജ്പേയിയുടെ നേതൃത്വ
ത്തിൽ അവർ ഒരു സർക്കാർ രൂപീ
കരിച്ചെങ്കിലും അതിന് സഭയിൽ
ഭൂരിപക്ഷം തെളിയിക്കാനായില്ല.
വെറും 13 ദിവസങ്ങൾ മാത്രം ആയു
സ്സുണ്ടായിരുന്ന ഈ മന്ത്രിസഭ
ഇന്ത്യയിൽ ഏറ്റവും കുറച്ച് കാല
ത്തേക്ക് നിലനിന്ന മന്ത്രിസഭയാണ്.
തുടർന്ന് 16 പാർട്ടികൾ ചേർന്ന്
രൂപീകരിച്ച ഐക്യമുന്നണി ഉദയം

എച്ച് ഡി ദേവഗൗഡ

ചെയ്തു. ഈ മുന്നണിയാണ് എച്ച് ഡി ദേവഗൗഡയുടെ നേതൃത്വത്തിൽ കോൺഗ്രസിന്റെ പുറത്തുനിന്നുള്ള പിന്തുണയോടെ അധികാരത്തിലെ ത്തിയത്. ബി ജെ പിയെ എങ്ങനെ യെങ്കിലും അധികാരത്തിൽ വരുന്ന തിൽ നിന്ന് അകറ്റി നിർത്തുക എന്ന ലക്ഷ്യം മാത്രമാണ് അപ്പോഴുണ്ടായി രുന്നത്. ഇടതുപക്ഷ കക്ഷികളും പിന്തുണച്ചിരുന്ന ഇതിൽ, സി പി ഐ മന്ത്രിസഭയിലും അംഗമായിരുന്നു. 1997 മാർച്ചിൽ, സ്വന്തമായി സർക്കാർ നിർമ്മിക്കാനുള്ള മോഹവുമായി കോൺഗ്രസ്, ദേവഗൗഡ ഗവൺ മെന്റിന് നൽകിയിരുന്ന പിന്തുണ

വാജ്പേയി

പിൻവലിച്ചു. പക്ഷേ, മോഹം നടക്കില്ലെന്ന് തിരിച്ചറിഞ്ഞപ്പോൾ, ഐ കൃമുന്നണിയുടെ തന്നെ ഐ കെ ഗുജ്റാളിന്റെ നേതൃത്വത്തിലുള്ള പുതിയ മന്ത്രിസഭയെ കോൺഗ്രസിന് പിന്തുണക്കേണ്ടിവന്നു. അധികം വൈകാതെ ഗുജ്റാൾ മന്ത്രിസഭയ്ക്കുള്ള പിന്തുണയും കോൺഗ്രസ് പിൻവലിച്ചു. സ്വതന്ത്ര ഇന്ത്യയുടെ ചരിത്രത്തിലെ കൂട്ടുകക്ഷിയുഗം തുട ങ്ങുന്നത് പതിനൊന്നാം ലോകസഭ മുതലാണെന്ന് പറയാം. പക്ഷേ, ഈ ലോകസഭ രണ്ടു വർഷം പോലും തികച്ചില്ല.

കടപ്പാട് : ബിബിസി

കടപ്പാട് : അസോസിയേറ്റഡ് പ്രസ്

ഗുജറാത്ത് കലാപരംഗങ്ങൾ

പന്ത്രണ്ടാം ലോകസഭയിലേക്ക് 1998 ൽ തെരഞ്ഞെ ടുപ്പ് നടന്നു. ഒരു പാർട്ടിക്കും സർക്കാ ർ രൂപീകരിക്കാനുള്ള ഭൂരിപക്ഷം ലഭിച്ചില്ലാ യിരുന്നു. 543 ൽ 182 സീറ്റുകൾ നേടിയ ബി ജെ പി ഏറ്റവും വലിയ ഒറ്റക്കക്ഷിയാ യി. എ ബി വാജ്പേ യിയെ സർക്കാർ ഉണ്ടാക്കാൻ പ്രസി ഡന്റ് ക്ഷണിച്ചു. ബി ജെ പി നേതൃത്വത്തി ലുള്ള ടി ഡി പി, എ

ഐ എ ഡി എം കെ, തൃണമൂൽ കോൺഗ്രസ് എന്നിവ ഉൾപ്പെട്ട ഒരു കൂട്ടുകക്ഷി സർക്കാർ പിറന്നു. ഈ സർക്കാരാണ് പൊഖ്റാനിൽ 1998 മെയ് 11 നും 13 നും ആയി നിരവധി ആണവ പരീക്ഷണങ്ങൾ നടത്തിയ ത്. ഇത് ആഗോളതലത്തിൽ തന്നെ ഇന്ത്യയുടെ മേൽ പല ഉപരോധ ങ്ങളും വരുത്തുന്നതിനിടയാക്കി. ആഭ്യന്തരമായും ഈ പരിപാടി ഒട്ടെറെ വിമർശനങ്ങൾ നേരിട്ടിരുന്നു. എ ഐ എ ഡി എം കെ പിന്തുണ പിൻവ ലിച്ചതിനെത്തുടർന്ന് ഈ സർക്കാർ 1999 ൽ നിലംപൊത്തി.

1999ൽ പതിമൂന്നാം ലോകസഭയിലേക്ക് തെരഞ്ഞെടുപ്പ് നടന്നു. ബി ജെ പി ഇത്തവണയും 182 സീറ്റുകൾ നേടി. ബി ജെ പി യും ഘടകക ക്ഷികളും ചേർന്ന എൻ ഡി എയ്ക്ക് (നാഷണൽ ഡെമോക്രാറ്റിക് അല യൻസ്)296 സീറ്റുകൾ ലഭിച്ചു. അടൽ ബിഹാരി വാജ്പേയി അങ്ങനെ വീണ്ടും ഇന്ത്യയുടെ പ്രധാനമന്ത്രിയായി അധികാരമേറ്റു. കാർഗിൽ നുഴ ഞ്ഞുകയറ്റം തിരിച്ചറിയാൻ പറ്റാതെ പോയ ഇന്റലിജൻസ് പാളിച്ചകളും പ്രതിരോധമന്ത്രി ജോർജ് ഫെർണാണ്ടസ് കാർഗിൽ യുദ്ധകാലത്ത് ശവ പ്പെട്ടികൾ വാങ്ങുന്നതിൽ അഴിമതി നടത്തി എന്ന ആരോപണവും മറ്റും ഈ സർക്കാരിന്റെ പ്രതിച്ഛായയ്ക്ക് മങ്ങലേൽപ്പിച്ചു. 2002 ലെ ഗുജറാത്ത് വർഗീയ കലാപത്തിൽ ബി ജെ പി നേതൃത്വത്തിലുള്ള ഗുജറാത്ത് സർക്കാർ നേരിട്ട് തന്നെ അക്രമങ്ങൾക്ക് പിന്തുണ നൽകുകയായിരു ന്നു. അവിടെ കലാപം കൊടുമ്പിരികൊള്ളുമ്പോൾ കേന്ദ്രസർക്കാർ മൗനാ നുവാദം നൽകുകയാണുണ്ടായത്. 2004 ൽ വാജ്പേയി തന്റെ മന്ത്രിസഭ കാലാവധി തികയുന്നതിന് മുമ്പേ പിരിച്ചുവിട്ടു.

തുടർന്ന് 14-ാം ലോകസഭയിലേക്ക് 2004 ൽ തെരഞ്ഞെടുപ്പ് നടന്നു. കോൺഗ്രസിന് തെരഞ്ഞെടുപ്പ് നടന്ന 543 സീറ്റുകളിൽ 145 എണ്ണം മാത്രമേ നേടാൻ കഴിഞ്ഞുള്ളൂ. എങ്കിലും മറ്റ് പാർട്ടികളുമായി ചേർന്ന് കോൺഗ്രസ് യുനൈറ്റഡ് പ്രോഗ്രസീവ് അലയൻസ് (യു പി എ) എന്ന കൂട്ടുകക്ഷി രൂപീകരിക്കുകയും പുതിയ സർക്കാരിന് രൂപം നൽകുകയും ചെയ്തു. യു പി എ യുടെ പ്രധാനമന്ത്രിയായി മൻമോഹൻസിങ് തെരഞ്ഞെടുക്കപ്പെട്ടു. ഇടതുപക്ഷ കക്ഷികൾ യു പി എയെ ആദ്യം പിന്തു ണച്ചിരുന്നുവെങ്കിലും അമേരിക്കയുമായുള്ള ആണവക്കരാർ ഒപ്പു വെയ്ക്കാനുള്ള മൻമോഹൻസിങ്ങിന്റെയും കോൺഗ്രസിന്റെയും മർക്ക ടമുഷ്ടി കാരണം പിന്നീട് പിന്തുണ പിൻവലിക്കുകയാണുണ്ടായത്. ഇന്ത്യക്ക് ഒരു രീതിയിലും ഗുണകരമാകാത്ത ഒരു കരാറിന്റെ തുടക്കം മുതൽ തന്നെ ഇടതുകക്ഷികൾ ശക്തമായി എതിർത്തിരുന്നു. ഒടുവിൽ ഏറെ കുതിരക്കച്ചവടം നടത്തി എം പിമാരെ വിലയ്ക്കു വാങ്ങിയാണ് മൻമോഹൻ സഭയിൽ വിശ്വാസം നേടിയത്.

ഇന്ത്യൻ രാഷ്ട്രീയം – 1947 – 2007

നെഹ്റുയുഗം: ഇന്ത്യയിലെ വികസന പദ്ധതികൾക്ക് തുടക്കം കുറി ച്ചത് ആദ്യത്തെ പ്രധാനമന്ത്രിയായിരുന്ന ജവഹർലാൽ നെഹ്റുവാണ്.

സോഷ്യലിസ്റ്റ് ആശയങ്ങളിൽ അധിഷ്ഠിതമായ ഒരു വികസന മാതൃക യാണ് നെഹ്റുവിന്റെ മനസിലുണ്ടായിരുന്നത്. സോവിയറ്റ് യൂണിയനിൽ നിലവിലുണ്ടായിരുന്ന പഞ്ചവത്സരപദ്ധതിയായിരുന്നു ഇന്ത്യയിലെ ആസൂത്രണം എങ്ങനെയായിരിക്കണം എന്നതിലേക്കുള്ള ദിശാബോധം നെഹ്റുവിന് നൽകിയത്. ഇന്ത്യ സ്വതന്ത്രയായപ്പോൾതന്നെ പ്രധാനമ ന്ത്രിയായി നിയമിതനായ നെഹ്റു പിന്നീട് വന്ന രണ്ട് പൊതു തെര ഞ്ഞെടുപ്പുകളിലും വൻ ഭൂരിപക്ഷത്തോടെ തെരഞ്ഞെടുക്കപ്പെട്ടു.

ഹിന്ദുസ്ത്രീകളുടെ നിയമാവകാശങ്ങൾ ഉയർത്തൽ, ജാതിഭ്രഷ്ടി നും അസ്പൃശ്യതയ്ക്കുമെതിരായ നിയമങ്ങൾ കൊണ്ടുവരൽ എന്നിവ നെഹ്റുവിന്റെ പരിഷ്കാരങ്ങളിൽ പ്രധാനപ്പെട്ടവയാണ്. വിദ്യാഭ്യാസ ത്തിന്റെ പ്രാധാന്യത്തെക്കുറിച്ച് ബോധ്യമുണ്ടായിരുന്ന നെഹ്റു ധാരാളം വിദ്യാഭ്യാസസ്ഥാപനങ്ങൾ ആരംഭിക്കുന്നതിന് നേതൃത്വം നൽകി. പ്രാഥ മിക വിദ്യാഭ്യാസം എല്ലാ കുട്ടികൾക്കും ലഭിച്ചിരിക്കണം എന്ന നിഷ്കർഷ യോടെയായിരുന്നു നെഹ്റുവിന്റെ പ്രവർത്തനങ്ങൾ. ഉന്നത പഠനരം ഗത്തും നെഹ്റു മികച്ച സംഭാവനകൾ നൽകി. രാജ്യത്ത് പലയിടങ്ങളി ലുമായി ഇന്ത്യൻ ഇൻസ്റ്റിറ്റ്യൂട്ട് ഓഫ് ടെക്നോളജി (ഐ ഐ ടി) എന്ന പേരിൽ സ്ഥാപനങ്ങൾ ആരംഭിച്ചു.

സോഷ്യലിസ്റ്റ് സാമ്പത്തിക വ്യവസ്ഥ വിഭാവനം ചെയ്ത നെഹ്റു കർഷകരെ നികുതികളിൽ നിന്ന് ഒഴിവാക്കുകയും, വ്യവസായ സ്ഥാപ നങ്ങളിലും മറ്റും ജോലി ചെയ്യുന്നവർക്ക് മിനിമം വേതനവ്യവസ്ഥകളും മറ്റ് ആനുകൂല്യങ്ങളും പ്രഖ്യാപിക്കുകയും ചെയ്തു. ഉരുക്ക്, വ്യോമയാ നം, കപ്പൽ, വൈദ്യുതി, ഖനി തുടങ്ങിയ വ്യവസായങ്ങൾ ദേശസാൽക്ക രിക്കുകയും അതുവഴി അവയെല്ലാം സർക്കാർ നിയന്ത്രണത്തിലാ ക്കുകയും ചെയ്തു എന്നത് നെഹ്റുവിന്റെ പ്രധാന നേട്ടങ്ങളിലൊന്നായി പരിഗണിക്കാവുന്നതാണ്. അതുപോലെ നിരവധി അണക്കെട്ടുകളും ജല സേചനക്കനാലുകളും റോഡുകളും താപ–ജല വൈദ്യുത നിലയങ്ങളും നെഹ്റുവിന്റെ കാലത്ത് സ്ഥാപിക്കപ്പെട്ടു.

സിവിൽ ഭരണത്തിന്റെ പരമാധികാരം ഉറപ്പിച്ചത് നെഹ്റുവിന്റെ ഒരു പ്രധാന നേട്ടമാണ്. സായുധ സേനകളെ രാഷ്ട്രീയ ചുറ്റുപാടിൽ നിന്നും മാറ്റി നിർത്തുകയും അവയുടെ മേലുള്ള പരമാധികാരം സിവിൽ നേതൃ ത്വത്തിന് നൽകുകയും ചെയ്തു. മറ്റു രാജ്യങ്ങളിൽ നിന്നു വിഭിന്നമായി സായുധ സേനാംഗങ്ങളുടെ എണ്ണം പറ്റാവുന്നത്രയും കുറച്ച് നിജപ്പെടു ത്തി. അതുപോലെ പ്രതിരോധാവശ്യങ്ങൾക്ക് മൊത്തം ദേശീയ വരുമാ നത്തിന്റെ രണ്ട് ശതമാനത്തിൽ താഴെ മാത്രമേ മാറ്റിവച്ചുള്ളൂ. അതേസ മയം 1954 ൽ പാകിസ്ഥാന് അമേരിക്കയുടെ വൻതോതിലുള്ള പട്ടാള സഹായം ഒഴുകുകയായിരുന്നു.

ശാസ്ത്രഗവേഷണം, സാങ്കേതിക വിദ്യാഭ്യാസം എന്നീ രംഗങ്ങൾക്ക് വളരെയേറെ പ്രാധാന്യം നൽകിയിരുന്ന നെഹ്റുവിന്റെ ഭരണകാലം ഈ രംഗങ്ങളിൽ ഒട്ടേറെ നേട്ടങ്ങൾ ഉണ്ടാക്കുകയും ചെയ്തു. ഇന്ത്യയുടെ

പ്രശ്നങ്ങൾ പരിഹരിക്കാൻ ശാസ്ത്ര സാങ്കേതിക വിദ്യകൾക്ക് മാത്രമേ സാധിക്കൂ എന്ന ഉറച്ച വിശ്വാസം സ്വാതന്ത്ര്യം ലഭിക്കുന്നതിനും വളരെ മുമ്പേ തന്നെ നെഹ്റുവിന് ഉണ്ടായിരുന്നു.

ആണവോർജത്തിന്റെ സാധ്യതകളെക്കുറിച്ച് മനസ്സിലാക്കിയിരുന്ന നെഹ്റു 1948 ൽ തന്നെ അറ്റോമിക് എനർജി കമ്മീഷൻ സ്ഥാപിക്കുന്ന തിൽ മുൻകൈ എടുത്തു. ഇന്ത്യയിലെ–ഏഷ്യയിലെയും–ആദ്യത്തെ ആണവ നിലയം 1956 ൽ ട്രോംബെയിൽ പ്രവർത്തനമാരംഭിച്ചു. ബഹി രാകാശ ഗവേഷണ രംഗത്തും ഇന്ത്യ പുറകിലേക്ക് പോയില്ല. 1962 ൽ

ഗമാൽ അബ്ദുൾ നാസർ

സ്ഥാപിതമായ ഇന്ത്യൻ നാഷ ണൽ കമ്മിറ്റി ഫോർ സ്പേസ് റിസർച്ച് (INCOSPAR) തുമ്പ യിൽ സ്ഥാപിതമായ ഇക്വറ്റോറി യൽ റോക്കറ്റ് ലോഞ്ചിങ് സ്റ്റേഷൻ (TERLS) എന്നിവ ബഹിരാകാശ രംഗത്ത് ഇന്ത്യയു ണ്ടാക്കിയ നേട്ടങ്ങളാണ്. അതു പോലെ നെഹ്റു മന്ത്രിസഭയിലെ പ്രതിരോധ മന്ത്രിയും പ്രതിഭാശാ ലിയുമായ വി കെ കൃഷ്ണമേ നോൻ പ്രതിരോധരംഗത്ത് ഗവേ ഷണങ്ങൾക്കും പുതിയ ഉൽപ്പന്ന ങ്ങളുടെ വികാസത്തിനുമുള്ള നട പടികൾക്ക് തുടക്കം കുറിച്ചു.

വിദ്യാഭ്യാസ സ്ഥാപനങ്ങ ളിലും സർക്കാർ ഉദ്യോഗങ്ങ ളിലും പട്ടികജാതി (എസ് സി) പട്ടികവർഗത്തിലും (എസ് ടി) അതുപോ ലുള്ള മറ്റ് വിഭാഗങ്ങളിലും പെടുന്നയാളുകൾക്ക് സംവരണം ഏർപ്പെടു ത്തിയത് സാമൂഹ്യക്ഷേമരംഗത്തെ മികച്ച നേട്ടമായി കണക്കാക്കാം. പക്ഷേ സ്വാതന്ത്ര്യാനന്തര ഇന്ത്യയുടെ ആദ്യവർഷങ്ങളിൽ തന്നെ ഇ ത്തരം ഒട്ടേറെ നടപടികൾ സ്വീകരിച്ചിരുന്നുവെങ്കിലും ഇന്നും ജാതീയ അസമത്വത്തിന്റെയും ജാതീയ അടിച്ചമർത്തലുകളുടെയും പ്രശ്നങ്ങൾ അവസാനിപ്പിക്കാൻ സാധിച്ചിട്ടില്ല. മറിച്ച് ജാതീയത എന്നത് കൂടുതൽ വ്യാപകമായിക്കൊണ്ടിരിക്കുകയും ചെയ്യുന്നു. 2008 മെയ് മാസത്തിൽ തമിഴ്നാട്ടിലെ മധുരയിൽ അവർണരുടെ പ്രവേശനം നിഷേധിക്കുന്നതി നുവേണ്ടി സവർണർ നിർമിച്ച മതിലുകൾ സി പി ഐ (എം) ഇടപെട്ട് പൊളിച്ചുനീക്കിയത് അടുത്ത കാലത്ത് ജാതീയതക്കെതിരായി നടന്ന ഇടപെടലുകളിൽ ശ്രദ്ധേയമാണ്.

ഇന്ത്യയെ ഒരു ചേരിയിലും പെടുത്താതെ, സാമ്പത്തിക വികസന

പരിപാടികൾ നടപ്പിലാക്കുക എന്ന ലക്ഷ്യവുമായിട്ടാണ് ചേരിചേരാ പ്രസ്ഥാനത്തിന് (NAM-നോൺ അലൈൻമെന്റ് മൂവ്മെന്റ്) നെഹ്റു തുടക്കമിട്ടത്. ഈജിപ്തിലെ ഗമാൽ അബ്ദുൽ നാസറും, യുഗോസ്ലാവി യയുടെ ജോസിപ് ബ്രോസ് ടിറ്റോയും NAM ൽ നെഹ്റുവിന്റെ കൂടെ ഉറച്ചുനിന്നു. സോവിയറ്റ് യൂണിയന്റെ സഹകരണത്തോടെയാണ് ഇന്ത്യ യിലെ പൊതുമേഖലാ വികസനം എന്ന ലക്ഷ്യം നെഹ്റു പൂർത്തീകരി ക്കാനാരംഭിച്ചത്.

നെഹ്റുവിനെയും നെഹ്റു യുഗത്തെയും ഇന്നും ജനങ്ങൾ ഗൃഹാ തുര സ്മരണയോടെ ഓർക്കുന്നുണ്ട്. പക്ഷേ നെഹ്റുവിന്റെ ഭരണകാ ലത്തെ ഒരു തീരാക്കളങ്കമുണ്ട്–1959 ൽ കേരളത്തിൽ ഇ എം എസിന്റെ നേതൃത്വത്തിലുള്ള ജനകീയ സർക്കാരിനെ പിരിച്ചുവിട്ട് രാഷ്ട്രപതി ഭരണം ഏർപ്പെടുത്തി എന്ന കളങ്കം.

ശാസ്ത്രിയിലൂടെ ഇന്ദിരയിലേക്ക്: 1964 മെയ് മാസത്തിൽ നെഹ്റു മരിച്ചതിനെത്തുടർന്ന് പ്രധാനമന്ത്രി സ്ഥാനത്തേക്ക് ആരെ നിയമിക്കണം എന്ന കാര്യത്തിൽ വ്യക്തമായ ഒരു ചിത്രമുണ്ടായിരുന്നില്ല. 1963 ൽ രൂപീ കൃതമായതും കെ കാമരാജ്, അതുല്യ ഘോഷ്, എസ് കെ പാട്ടീൽ, നീലം സഞ്ജീവറെഡ്ഡി, നിജലിംഗപ്പ തുടങ്ങിയ പ്രമുഖർ ഉൾപ്പെടുന്ന തുമായ കോൺഗ്രസ് സിൻഡിക്കേറ്റ് പ്രധാനമന്ത്രിയെ തെരഞ്ഞെടുക്കാ നുള്ള ചുമതല ഏറ്റെടുത്തു. മൊറാർജി ദേശായ്, ലാൽ ബഹദൂർ ശാസ്ത്രി എന്നീ പേരുകളാണ് സജീവപരിഗണനയിലുണ്ടായിരുന്നത്. സിൻഡിക്കേറ്റ് ശാസ്ത്രിയെ പ്രധാനമന്ത്രി സ്ഥാനത്തേക്ക് നിർദ്ദേശിച്ചു. 1964 ജൂൺ 2 ന് ശാസ്ത്രി ഇന്ത്യൻ പ്രധാനമന്ത്രിയായി അധികാരമേറ്റെ ടുത്തു. നിലവിലുള്ള മന്ത്രിസഭയിൽ വലിയ മാറ്റങ്ങളൊന്നും വരുത്തിയി ല്ലെങ്കിലും ശാസ്ത്രി നെഹ്റുവിന്റെ പുത്രി ഇന്ദിരാഗാന്ധിയെ ഇൻഫർമേ ഷൻ ആന്റ് ബ്രോഡ്കാസ്റ്റിന് വകുപ്പിന്റെ മന്ത്രിയായി നിയമിച്ചു. ഒട്ടേറെ പ്രതിസന്ധികളിലൂടെ ശാസ്ത്രി മന്ത്രിസഭയ്ക്ക് കടന്നുപോകേണ്ടതായി വന്നു. ഉയർന്നുവന്ന പ്രശ്നങ്ങൾക്കൊന്നും കൃത്യമായ പരിഹാരങ്ങളു ണ്ടാക്കാൻ അദ്ദേഹത്തിന് സാധിച്ചുമില്ല. 1965 ൽ രാജ്യത്തൊട്ടാകെ വ്യാപ കമായി പടർന്ന ഭക്ഷ്യക്ഷാമത്തെ നിയന്ത്രിക്കാൻ കാര്യക്ഷമമായ നടപ ടികളൊന്നും തന്നെ കൈക്കൊള്ളാൻ ഈ മന്ത്രിസഭയ്ക്ക് കഴിഞ്ഞിരു ന്നില്ല. ആശാവഹമായ ഒരേയൊരു കാര്യം പിൽക്കാലത്ത് ഇന്ത്യൻ കാർ ഷികരംഗത്ത് വിപ്ലവകരമായ മാറ്റങ്ങളുണ്ടാക്കിയ ഹരിതവിപ്ലവത്തിന്റെ പ്രാരംഭ പരിപാടികൾക്ക് തുടക്കം കുറിക്കാൻ സാധിച്ചു എന്നതാണ്.

1962 ൽ പാകിസ്ഥാൻ നുഴഞ്ഞുകയറ്റത്തെത്തുടർന്ന് കാശ്മീരിൽ ഒരു അപ്രഖ്യാപിതയുദ്ധം രണ്ട് രാജ്യങ്ങളും തമ്മിൽ നടന്നു. ചൈന ഇന്ത്യയുടെ നിലപാടിനെതിരെ ശക്തമായി പ്രതികരിച്ചപ്പോൾ റഷ്യ ഇന്ത്യയ്ക്കനുകൂലമായ നിലപാടാണ് സ്വീകരിച്ചത്. യു എൻ സുരക്ഷാ കൗൺസിലിന്റെ കാര്യമായ ഇടപെടലിനെതുടർന്ന് സെപ്തംബർ 23 ന് രണ്ട് രാജ്യങ്ങളും വെടിനിർത്തൽ പ്രഖ്യാപിച്ചു. രണ്ട് രാജ്യങ്ങളുടെയും

വിചാരം തങ്ങൾ ജയിച്ചെന്നും എതിർരാജ്യത്തിന് ഒട്ടേറെ നാശനഷ്ട ങ്ങൾ ഉണ്ടാക്കിയെന്നുമായിരുന്നു. നുഴഞ്ഞുകയറ്റം വഴിയുള്ള അധിനി വേശ ശ്രമങ്ങൾ പരാജയപ്പെടുത്താൻ സാധിച്ചു എന്നതു മാത്രമായിരു ന്നു ഈ യുദ്ധത്തിലെ പ്രധാന വിജയം. 1962 ലെ ഇന്തോ-ചീന യുദ്ധ ത്തിൽ നഷ്ടപ്പെട്ടുപോയ ഇന്ത്യൻ സേനയുടെ അഭിമാനം വീണ്ടെടുക്കാ നും, ഇന്ത്യൻ പട്ടാളക്കാർ വീണ്ടും ജനങ്ങളുടെ ആരാധനാപാത്രങ്ങളായി മാറാനും ഈ യുദ്ധം വഴിയൊരുക്കി. അതുപോലെ ശാസ്ത്രി ഒരു ദേശീയതാരമായി മാറുകയും ചെയ്തു.

1966 ജനുവരിയിൽ സോവിയറ്റ് യൂണിയനിലെ താഷ്കന്റിൽ ആ രാജ്യത്തിന്റെ മധ്യസ്ഥതയിൽ പാകിസ്ഥാൻ പ്രസിഡന്റ് അയൂബ് ഖാനും ഇന്ത്യൻ പ്രധാനമന്ത്രി ലാൽ ബഹദുർ ശാസ്ത്രിയും താഷ്കന്റ് പ്രഖ്യാ പനത്തിൽ ഒപ്പുവെച്ചു. കയ്യടക്കിയ സ്ഥലങ്ങൾ രണ്ട് രാജ്യങ്ങളും വിട്ടുകൊടുക്കാമെന്നും ആഗസ്റ്റിലെ യുദ്ധത്തിന് മുമ്പുണ്ടായിരുന്ന സ്ഥിതി യിൽ തുടർന്നുകൊള്ളാമെന്നും ഉള്ള ഒരു പ്രഖ്യാപനമായിരുന്നു അത്. ഇന്ത്യയെ സംബന്ധിച്ചിടത്തോളം ഈ പ്രഖ്യാപനം ഒരു തരത്തിൽ പറ ഞ്ഞാൽ സേനാധിപത്യപരമായി നേടിയ ഒട്ടേറെ നേട്ടങ്ങൾ നഷ്ടപ്പെടു ത്തുന്ന ഒന്നായിരുന്നു. പക്ഷേ, കാശ്മീർ പ്രശ്നത്തിൽ യു എൻ സെക്യൂ രിറ്റി കൗൺസിലിൽ സോവിയറ്റ് യൂണിയൻ നൽകി വരുന്ന പിന്തുണ നിലനിർത്താനും അവരിൽ നിന്ന് മിഗ് വിമാനങ്ങളടക്കമുള്ള പ്രതിരോധ ഉപകരണങ്ങൾ വാങ്ങുന്നതിനും ഈ ഉടമ്പടിയിൽ ഇന്ത്യ ഒപ്പിട്ടേ മതി യാകൂ എന്ന അവസ്ഥയായിരുന്നു.

താഷ്കന്റ് ഉടമ്പടി ഒപ്പുവെച്ചതിന്റെ തൊട്ടടുത്ത ദിവസം ലാൽ ബഹ ദൂർ ശാസ്ത്രി ഹൃദയസ്തംഭനം മൂലം മരിച്ചത് പ്രധാനമന്ത്രി സ്ഥാനത്ത് ആരായിരിക്കണം എന്ന പ്രശ്നം വീണ്ടും ഉയർത്തി. മൊറാർജി ദേശാ യിയെ വീണ്ടും തഴഞ്ഞ് കാമരാജ് ഇന്ദിരാഗാന്ധിയെ പ്രധാനമന്ത്രി സ്ഥാന ത്തേക്ക് നിർദ്ദേശിച്ചു. അങ്ങനെ ഇന്ത്യൻ രാഷ്ട്രീയത്തിൽ ഒരു പുതിയ താരോദയം നടന്നു. നെഹ്റുവിന്റെ പുത്രി എന്ന ലേബൽ ഇന്ദിരയെ ഉന്നതങ്ങളിലെത്തിക്കുന്നതിൽ വളരെയേറെ സഹായിച്ചു.

രാഷ്ട്രീയ-സാമ്പത്തിക-സാമൂഹ്യരംഗങ്ങൾ വളരെയേറെ പ്രക്ഷു ബ്ധമായിരിക്കുന്ന ഒരു സാഹചര്യത്തിലാണ് ഇന്ദിരാഗാന്ധി ഇന്ത്യയുടെ അധികാരമേറ്റെടുക്കുന്നത്. ഇന്ത്യാ-പാകിസ്ഥാൻ യുദ്ധത്തെത്തുടർന്ന് നിർത്തലാക്കിയ ഐ എം എഫ്-ലോകബാങ്ക് ധനസഹായം പുനരാരം ഭിക്കുന്നതിന് വേണ്ട ശ്രമങ്ങളാണ് അവർ ആദ്യം തുടങ്ങിയത്. രൂപയുടെ മൂല്യം കുറച്ചാൽ മാത്രമേ ഇനി തങ്ങളുടെ ധനസഹായം ലഭ്യമാകൂ എന്ന ഐ എം എഫ്-ലോക ബാങ്ക് നിർബന്ധത്തെ തുടർന്ന് 1966 ജൂൺ 6 ന് ഇന്ദിരാസർക്കാർ രൂപയുടെ മൂല്യം 35.5% കുറച്ചു. അന്ന് ഇന്ദിരാഗ വൺമെന്റിന്റെ പ്രായം വെറും നാല് മാസം മാത്രമായിരുന്നു. ഈ തീരു

മാനം രാജ്യവ്യാപകമായി കോൺഗ്രസ് പാർട്ടിക്കകത്തു നിന്നും പുറ
ത്തുനിന്നും പ്രതിഷേധങ്ങൾ ഉയരുന്നതിനിടയാക്കി. കയറ്റുമതി വർദ്ധ
നവ്, വിദേശമൂലധനം ആകർഷിക്കൽ, വിദേശസാധനങ്ങളുടെയും
ഭക്ഷ്യോൽപ്പന്നങ്ങളുടെയും ഇന്ത്യയിലേക്കുള്ള പ്രവാഹം തുടങ്ങി ഇന്ദിര
സർക്കാർ പറഞ്ഞിരുന്ന ലക്ഷ്യങ്ങളൊന്നും തന്നെ ഈ മൂല്യശോഷണ
പരിപാടികൊണ്ട് സാധിച്ചില്ല എന്നതാണ് യാഥാർത്ഥ്യം. പിൽക്കാലത്ത്
1980 ൽ ഇന്ദിരാഗാന്ധി ഇത് ശരിയായ നടപടിയായിരുന്നില്ല എന്ന് ഏറ്റു
പറഞ്ഞിരുന്നു.

1966 ൽ പി എൽ–480 പദ്ധതിപ്രകാരം ഇന്ത്യയിലേക്ക് ഗോതമ്പ്
കയറ്റി അയയ്ക്കാമെന്ന് അമേരിക്കൻ പ്രസിഡന്റ് ലിൻഡൻ ജോൺസൺ
സമ്മതിച്ചിരുന്നു. പക്ഷേ, വിയറ്റ്നാം കയ്യേറ്റത്തിലുള്ള യു എസ് നടപടി
കൾ ഇന്ത്യ അംഗീകരിക്കാതിരുന്നതുകൊണ്ട് വൻതോതിലുള്ള ഗോതമ്പ്
ഇറക്കുമതി നടന്നിട്ടില്ല. അതുപോലെ പി എൽ 480ന്റെ മറവിൽ ഇന്തോ
–അമേരിക്കൻ വിദ്യാഭ്യാസ ഫൗണ്ടേ
ഷൻ രൂപീകരിക്കുന്നതിന് അമേരിക്ക
മുൻകൈ എടുത്തപ്പോഴും ഇടതുപക്ഷ
കക്ഷികളുടെ ശക്തമായ എതിർപ്പിനെ
ത്തുടർന്ന് ആ പദ്ധതിയും ഉപേക്ഷിക്കേ
ണ്ടി വന്നു.

കോൺഗ്രസിലെ തൊഴുത്തിൽ
കുത്തും അച്ചടക്കമില്ലായ്മയും 1964
മുതൽ തന്നെ, ദേശീയപാർട്ടി എന്ന
നിലയിലുള്ള അതിന്റെ നിലവാരവും
ജനപ്രീതിയും കുറയുന്നതിനിടയാക്കി
യിരുന്നു. 1967 ലെ പൊതുതെരഞ്ഞെ
ടുപ്പിൽ ഇത് വ്യക്തമായിരുന്നു. വിവിധ
സംസ്ഥാനങ്ങളിൽ കോൺഗ്രസ് വിരു
ദ്ധരെല്ലാം കൂട്ടുമുന്നണികളുണ്ടാക്കു

വി വി ഗിരി

കയും കോൺഗ്രസിനെതിരായി മത്സരിക്കുകയും ചെയ്തു. തീർച്ചയായും
കോൺഗ്രസിന്റെ ഉള്ളിൽ തന്നെയുള്ള എന്നാൽ കോൺഗ്രസ് ഘടക
ങ്ങളോട് യോജിപ്പില്ലാത്തവരുമായയരുടെ പിന്തുണയും ഈ മുന്നണി
കൾക്കുണ്ടായിരുന്നു.

കോൺഗ്രസിനും സിൻഡിക്കേറ്റിനും തെരഞ്ഞടുപ്പ് ഒരു വൻ തിരി
ച്ചടിയായിരുന്നുവെങ്കിലും ഇന്ദിരാഗാന്ധിക്ക് പിന്തുണ കൂടുകയാണ്
ചെയ്തത്. മൊറാർജി ദേശായിയെ ഉപ പ്രധാനമന്ത്രിയാക്കി ഇന്ദിരാഗാന്ധി
വീണ്ടും രാജ്യഭാരം ഏറ്റെടുത്തു. സാമൂഹിക–സാമ്പത്തിക രംഗങ്ങൾ
പടുകുഴിയിലേക്ക് വീണുകൊണ്ടിരിക്കുകയായിരുന്നു. പഞ്ചവത്സര പദ്ധ
തികൾ പോലും കാര്യക്ഷമമായി നടപ്പിലാക്കാൻ സാധിച്ചില്ല. അഴിമ
തിയും കരിഞ്ചന്തയും കുഴൽപ്പണവും ഒരു വശത്ത് വർദ്ധിച്ചുവരാനും

ആരംഭിച്ചു. കോൺഗ്രസിലെ അന്തഃഛിദ്രങ്ങളും സംഘർഷവും വർദ്ധി ച്ചുവന്നു. യാഥാസ്ഥിതികരായ വലതുപക്ഷവും ആധുനിക കാലത്തിന നുസരിച്ച് ചിന്തിക്കുന്ന ഇടതുപക്ഷവും കോൺഗ്രസിനുള്ളിൽ തന്നെ വളർന്നു വന്നു. രാജ്യത്തിന്റെ വികസനത്തിൽ ഇവയിലെ ഇടതുപക്ഷ ത്തിന്റെ ചിന്തയാണ് ഗുണം ചെയ്യുക എന്ന തിരിച്ചറിവ് ഇന്ദിരാഗാന്ധി യ്ക്കുണ്ടായിരുന്നു.

1969 ൽ പ്രസിഡന്റ് സക്കീർഹുസൈന്റെ മരണത്തോടെ കോൺ ഗ്രസ് പാർട്ടി പിളർപ്പിന്റെ വക്കത്തെത്തി. സിൻഡിക്കേറ്റ് കോൺഗ്രസ് നീലം സഞ്ജീവ റെഡ്ഡിയെ പ്രസിഡന്റ് സ്ഥാനത്തേക്ക് നാമനിർദ്ദേശം ചെയ്യു. ഇത് ഇന്ദിരാഗാന്ധിയെ കുടുക്കുന്നതിനുള്ള ഒരു ചൂണ്ട കുടിയാ യിരുന്നു. സഭയിൽ ആർക്കും ഭൂരിപക്ഷമില്ലാതിരിക്കുന്ന അവസരത്തിൽ പ്രസിഡന്റിന് തന്റെ അധികാരം ഉപയോഗിച്ച് ഒരു മുന്നണിയിൽ നിന്ന് ഒരാളെ പ്രധാനമന്ത്രി സ്ഥാനത്തേക്ക് അവരോധിക്കാൻ കഴിയും എന്ന കാര്യമാണ് റെഡ്ഡിയെ നിർത്തി ഇന്ദിരാഗാന്ധിക്കെതിരെ അവർ പ്രയോ ഗിച്ച തുറുപ്പുചീട്ട്. അവസരത്തിനൊത്ത് പ്രവർത്തിച്ച ഇന്ദിരാഗാന്ധി ധന കാര്യമന്ത്രിസ്ഥാനത്തിന് പറ്റിയ ആളല്ലെന്ന് പറഞ്ഞ് മൊറാർജി ദേശാ യിയെ ആ സ്ഥാനത്ത് നിന്ന് നീക്കം ചെയ്യുകയും ധനകാര്യ മന്ത്രിസ്ഥാനം സ്വയം ഏറ്റെടുക്കുകയും ചെയ്തു. ഉടൻതന്നെ, 1969 ജൂലൈ 21 ന് രാജ്യത്തെ പതിനാല് സുപ്രധാന ബാങ്കുകൾ ദേശസാൽക്കരിച്ചു. ഇത് ഇന്ദിരാഗാന്ധിയുടെ ജനപ്രീതി വർദ്ധിക്കുന്നതിനിടയാക്കി. റെഡ്ഡിക്ക് വോട്ട് ചെയ്യണം എന്ന പാർട്ടി വിപ്പ് നിരാകരിച്ച് ഇന്ദിരാഗാന്ധി പ്രസിഡന്റ് സ്ഥാനത്തേക്ക് വി വി ഗിരിയെ പിന്തുണച്ചു. വി വി ഗിരി വിജയിച്ചു. സിൻഡിക്കേറ്റും ഇന്ദിരയും തമ്മിൽ യുദ്ധം തുടർന്നു. നവംബർ 12 ന് ഇന്ദിരാഗാന്ധിയെ പാർട്ടിയിൽ നിന്ന് പുറത്താക്കി. കോൺഗ്രസ് (ആർ) എന്ന പേരിൽ ഇന്ദിര പുതിയ പാർട്ടി രൂപീകരിച്ചു. സിൻഡിക്കേറ്റ് കോൺഗ്രസ്, കോൺഗ്രസ് (ഒ) എന്ന പേരിൽ അറിയപ്പെടാൻ തുടങ്ങി. ഒടുവിൽ കോൺഗ്രസിന്റെ 268 എം പിമാരിൽ 220 പേരും ഇന്ദിരയുടെ കൂടെ കൂടി. അതുപോലെ അഖിലേന്ത്യാ കോൺഗ്രസ് കമ്മിറ്റിയിൽ ആകെ 705 മെമ്പർമാരിൽ 446 പേർ ഇന്ദിരയോടൊപ്പം ചേർന്നു. പുതിയ കോൺഗ്രസിന്റെയും സർക്കാരിന്റെയും അനിഷേധ്യനേതൃത്വമായി ഇന്ദി രാഗാന്ധി മാറി. തന്റെ ന്യൂനപക്ഷ സർക്കാരിനെ ഭൂരിപക്ഷമാക്കുന്നതി ലേക്കായി കാലാവധി പൂർത്തിയാക്കുന്നതിന് മുമ്പേ ഇന്ദിരാഗാന്ധി ലോകസഭ പിരിച്ചുവിട്ട് പുതിയ തെരഞ്ഞെടുപ്പ് പ്രഖ്യാപിച്ചു.

ഇന്ദിരാദിനങ്ങൾ: വൻ ഭൂരിപക്ഷത്തോടെ 1971 ൽ നടന്ന പൊതു തെരഞ്ഞെടുപ്പിൽ ഇന്ദിരാഗാന്ധി വീണ്ടും അധികാരത്തിലെത്തി. കിഴ ക്കൻ പാകിസ്ഥാനിൽ (ഇന്നത്തെ ബംഗ്ലാദേശ്) കലാപം ആരംഭിച്ചത് ഇന്ദിരാഗാന്ധി അധികാരമമേറ്റ് നാളുകൾക്കുള്ളിലായിരുന്നു. കിഴക്കൻ പാകിസ്ഥാനെ പിന്തുണച്ച ഇന്ത്യ പാകിസ്ഥാനുമായി മറ്റൊരു യുദ്ധ ത്തിന് തുടക്കം കുറിക്കുകയായിരുന്നു. ഇന്ത്യയുടെ തന്ത്രപരമായ നീക്ക ങ്ങൾ ബംഗ്ലാദേശിനെ പാകിസ്ഥാന്റെ അധീനതയിൽ നിന്ന് വിടുവിക്കു ന്നതിനും, അങ്ങനെ ബംഗ്ലാദേശ് ഒരു സ്വതന്ത്ര രാജ്യമായിമാറുന്നതിനും

ഇടയാക്കി. ഇന്ത്യയെ സംബന്ധിച്ച് ഒട്ടെറെ നേട്ടങ്ങളുണ്ടാക്കിയ ഒന്നാ
യിരുന്നു ബംഗ്ലാദേശിന്റെ പക്ഷം ചേർന്ന് നടത്തിയ സംയുക്ത നടപടി.
ഇന്ത്യ ഉയർത്തിപ്പിടിച്ചിരുന്ന മതേതരമൂല്യങ്ങളെ ഒരുപടി കൂടി
ഉയർത്താൻ പോന്നതായിരുന്നു ഈ നീക്കം. ഇതിനെത്തുടർന്നാണ് 1972
ജൂണിൽ ഇന്ദിരാഗാന്ധിയും പാകിസ്ഥാനിലെ പുതിയ പ്രധാനമന്ത്രി
സുൽഫിക്കർ അലി ഭൂട്ടോയും ചേർന്ന് സിംലയിൽ ഒരു സന്ധി ഒപ്പുവെ
ച്ചത്. ഇന്ത്യ പിടിച്ചടക്കിയ ചില പാക് പ്രദേശങ്ങൾ വിട്ടുകൊടുക്കാമെന്നും
കാർഗിൽ പോലുള്ള സൈനികപരമായി വളരെയേറെ പ്രാധാന്യമുള്ള
ചിലയിടങ്ങൾ തങ്ങളുടെ കയ്യിൽ തന്നെ നിലനിർത്തും എന്നുമായിരുന്നു
ഇന്ത്യയുടെ നിലപാട്. ഇപ്പോൾ നിലവിലിരിക്കുന്ന നിയന്ത്രണ രേഖയെ
(LOC-Line of Control) അംഗീകരിക്കാമെന്ന് പാകിസ്ഥാനും പറഞ്ഞു.
ഈ ഉടമ്പടി സിംലകരാർ എന്ന പേരിൽ പ്രശസ്തമാണ്.

1972 ൽ ജനറൽ ഇൻഷുറൻസ് ദേശസാൽക്കരണം നടന്നു. താമ
സിയാതെ കൽക്കരി വ്യവസായവും ദേശസാൽക്കരിച്ചു. 1974 മെയ് 18 ന്
രാജസ്ഥാനിലെ പൊഖ്റാനിൽ ഇന്ത്യ ആദ്യത്തെ അണുപരീക്ഷണം നട
ത്തി. ഒട്ടേറെ വിവാദങ്ങൾ വരുത്തിവെച്ച ഒരു പരിപാടിയായിരുന്നു ഇത്.
ഇന്ദിരാഗാന്ധിയുടെ ജനപ്രീതി ഒരു വിഭാഗത്തിന്റെ ഇടയിൽ കുറയുന്ന
തിന് ഇതും ഒരു കാരണമായി.

കറുത്ത ദിനങ്ങൾ : ഇന്ദിരാഗാന്ധി ജനങ്ങളുടെ പ്രതീക്ഷ
കൾക്കൊത്ത് ഉയർന്നില്ല എന്നതിനാൽ അവരുടെ ജനപ്രീതി 1973 ആകു
മ്പോഴേക്കും കുറയാൻ തുടങ്ങിയിരുന്നു. സാമ്പത്തികസ്ഥിതി കാര്യമായി
മെച്ചപ്പെടുത്താനോ രാജ്യത്ത് പലയിടത്തുമുണ്ടായിരുന്ന ജാതിയുടെയും
വർഗത്തിന്റെയും പേരിലുള്ള അതിക്രമങ്ങൾക്കെതിരായി കാര്യക്ഷമമായി
എന്തെങ്കിലും ചെയ്യാനോ അവർക്ക് സാധിച്ചില്ല. 1971 നു ശേഷം ബംഗ്ലാ
ദേശിൽ നിന്നുണ്ടായ അഭയാർത്ഥിപ്രവാഹം ഒട്ടേറെ പ്രശ്നങ്ങളുണ്ടാ
ക്കി. ആഭ്യന്തരമായി വൻതോതിലുള്ള ഭക്ഷ്യക്ഷാമം നേരിട്ടു. 1972 ലും
73 ലും മൺസൂൺ ഇല്ലാതിരുന്നത് വരൾച്ചയ്ക്കും കാരണമായി. ഭക്ഷ്യ
വില കുതിച്ചുയർന്നു. വൈദ്യുതി ഉൽപ്പാദനത്തിൽ കുറവ് വന്നു. കാർഷി
കോൽപ്പാദനം വൻതോതിൽ കുറഞ്ഞു. തൊഴിലില്ലായ്മ അനിയന്ത്രിത
മായി വർദ്ധിച്ചു. 1973 ൽ ആഗോള എണ്ണ വിപണിയിലുണ്ടായ സംഭവവികാ
സങ്ങൾ എണ്ണയുടെ വില നാലുമടങ്ങോളം വർദ്ധിക്കുന്നതിനും ഇടയാ
ക്കി. ഇതിനെല്ലാമുപരിയായി ജനങ്ങളെ മുച്ചൂടും നശിപ്പിക്കാൻ പോന്ന
വിലക്കയറ്റവും. ഈ അവസ്ഥ രാജ്യം മുഴുവൻ അസ്വാരസ്യമുണ്ടാകു
ന്നതിനിടയാക്കി. പണിമുടക്കുകളും വിദ്യാർത്ഥി സമരങ്ങളും പ്രതിഷേ
ധങ്ങളും രാജ്യവ്യാപകമായി നടന്നു. അതിനിടയിൽ മകനായ സഞ്ജയ്
ഗാന്ധിക്ക് 50,000 മാരുതിക്കാറുകൾ ഓരോ വർഷവും നിർമ്മിക്കാനുള്ള
ലൈസൻസ് നൽകിയപ്പോൾ ഇന്ദിരാഗാന്ധിയുടെ മേലും അഴിമതിയുടെ
കറ വീണു.

രാഷ്ട്രീയരംഗം പ്രക്ഷുബ്ധമാകുന്നതിന് ഗുജറാത്ത്-ബീഹാർ
സംസ്ഥാനങ്ങളിലെ രാഷ്ട്രീയ പ്രശ്നങ്ങളും കാരണമായി. അവിടങ്ങളിൽ

ജയപ്രകാശ് നാരായണൻ

കോൺഗ്രസിന്റെ നേതൃത്വത്തിലുള്ള സംസ്ഥാന സർക്കാരുകൾക്കെതിരെ ശക്തമായ പ്രക്ഷോഭം നടന്നുവരിക യായിരുന്നു. ഇതിൽ ബീഹാറിൽ നടന്ന പ്രക്ഷോഭങ്ങളുടെ നേതൃ സ്ഥാനം രാഷ്ട്രീയരംഗത്ത് നിന്നും മാറി വിശ്രമജീവിതം നയിച്ചുകൊണ്ടി രുന്ന ജയപ്രകാശ് നാരായണൻ ഏറ്റെടുത്തു. കോൺഗ്രസിനെതിരായി നടന്ന സമരത്തെ 'സമ്പൂർണ്ണ വിപ്ലവം' എന്നാണ് ജെ പി വിളിച്ചത്. എല്ലാവരെയും അഴിമതിക്കാരാക്കി മാറ്റുന്ന ഒരു വ്യവസ്ഥയ്ക്ക് എതി രായ സമരം എന്ന നിലയിലാണ് അദ്ദേഹം ഇതിനു മുൻകയ്യെടുത്ത്. ഇന്ദിരാഗാന്ധിയെയും കോൺഗ്രസി നെയും അധികാരത്തിൽ നിന്ന്

നീക്കം ചെയ്യുന്നതിനായി രാജ്യവ്യാപകമായി തന്നെ പരിപാടികൾ ആസൂ ത്രണം ചെയ്ത ജെ പി, ജനാധിപത്യത്തിന്റെ നിലനിൽപ്പിനു തന്നെ ഇന്ദി രാഗാന്ധി ഭീഷണിയാണെന്നും അവർ അഴിമതിയുടെ മൂർത്തീഭാവമാ ണെന്നും പ്രചരിപ്പിച്ച് മുന്നേറി. 1974 അവസാനമാകുമ്പോഴേക്കും ഈ മുന്നേറ്റത്തിന്റെ ശക്തി കുറഞ്ഞെങ്കിലും ഇന്ദിരാഗാന്ധിയുടെ വെല്ലുവി ളിയെത്തുടർന്ന് ഇങ്ങനെയുള്ള എല്ലാ സർക്കാർവിരുദ്ധരുടെയും ഒരു നാഷണൽ കോർഡിനേഷൻ കമ്മിറ്റി രൂപീകരിക്കാൻ തീരുമാനമുണ്ടായി.

അതിനിടെ 1975 ജൂൺ 12 ന് അലഹബാദ് ഹൈക്കോടതി രാജ് നാരായണൻ എന്ന വ്യക്തി ഫയൽ ചെയ്ത ഒരു ഇലക്ഷൻ പെറ്റീഷന്റെ വിധി പറയുകയുണ്ടായി. ഇന്ദിരാഗാന്ധിയുടെ തെരഞ്ഞെടുപ്പ് പ്രചരണ ങ്ങളിൽ അഴിമതിയുടെ കറ പുരണ്ടിട്ടുണ്ടെന്നും അതുകൊണ്ടു തന്നെ അവരുടെ തെരഞ്ഞെടുപ്പ് അസാധുവാണെന്നും ആയിരുന്നു വിധി. ഇനി ആറുവർഷത്തേക്ക് ഇന്ദിരാഗാന്ധി തെരഞ്ഞെടുപ്പിൽ മത്സരിക്കരുതെന്നും ഇപ്പോൾ പ്രധാനമന്ത്രിസ്ഥാനം ഒഴിയണമെന്നും വിധിയിലുണ്ടായിരുന്നു. സുപ്രീംകോടതിയിൽ അപ്പീൽ നൽകിയപ്പോൾ ഫുൾബഞ്ചിന്റെ അവ സാന വിധി വരുന്നതുവരെ ഇന്ദിരാഗാന്ധിക്ക് അധികാരത്തിൽ തുടരാം എന്ന നിലയായി.

ഗുജറാത്തിലെ തെരഞ്ഞെടുപ്പ് ഫലം ജൂൺ 13 ന് പുറത്തുവന്നു. കോൺഗ്രസിന് തിരിച്ചടിയായ ഈ ഫലം വന്ന ഉടൻ തന്നെ 84 സീറ്റു കൾ നേടിയ ജനതാ പാർട്ടി ചിമൻഭായ് പട്ടേലിനെ കൂട്ടുപിടിച്ച് ഗുജറാ ത്തിൽ സർക്കാർ രൂപീകരിച്ചു. ഇത് രണ്ടും എതിരാളികളുടെ ശക്തി വർദ്ധിപ്പിച്ചു. അവർ ഇന്ദിരയ്ക്കെതിരെ 'അഴിമതിയിലൂടെ നേടിയ പദവി' വിട്ടൊഴിയാൻ ശക്തമായി പ്രക്ഷോഭം നയിച്ചു. ജൂൺ 29 മുതൽ ഒരാഴ്ച ത്തേക്ക് രാജ്യവ്യാപകമായി സിവിൽ നിയമലംഘനം സംഘടിപ്പി

ക്കുമെന്നും അതിനൊടുവിൽ പ്രധാന മന്ത്രിയുടെ ഓഫീസ് ആയിരക്കണക്കിന് വരുന്ന സന്നദ്ധ സംഘം ഐരാവോ ചെയ്യുമെന്നും അവർ പ്രഖ്യാപിച്ചു. ഇതിനെത്തുടർന്ന് ജൂൺ 26 ന് പുലർച്ചെ ഇന്ദിരാഗാന്ധിയുടെ പ്രേരണയാൽ രാഷ്ട്രപതി ഫക്രുദ്ദീൻ അലി അഹമ്മദ് 352–ാം വകുപ്പ് പ്രകാരം രാജ്യത്ത് ആഭ്യന്തര അടിയന്തരാവസ്ഥ പ്രഖ്യാപിച്ചു. രാജ്യം ജനാധിപത്യപരമായി തന്നെ ഒരു വൻ ഭീഷണി നേരിടുകയാണെന്നും അതിൽ നിന്ന് രക്ഷ നേടാൻ അടിയന്തരാവസ്ഥ പ്രഖ്യാപിക്കുകയല്ലാതെ മറ്റൊരു മാർഗ്ഗവും മില്ലെന്നുമായിരുന്നു ഇന്ദിരാഗാന്ധിയുടെ നിലപാട്.

ഫക്രുദ്ദീൻ അലി അഹമ്മദ്

ഇന്ത്യാചരിത്രത്തിലെ ഏറ്റവും കറുത്ത അധ്യായങ്ങളിലൊന്നാണ് അടിയന്തരാവസ്ഥയുടേത്. എല്ലാത്തരം പൗരാവകാശങ്ങളും ജനങ്ങൾക്ക് നിഷേധിക്കപ്പെട്ടു. പൗര സ്വാതന്ത്ര്യവും ഇല്ലാതാക്കി. സർക്കാരിനെതിരായി ഉയരുന്ന ചെറിയ ശബ്ദങ്ങൾപോലും ഇല്ലാതാക്കപ്പെട്ടു. അടിയന്തിരാവസ്ഥ പ്രഖ്യാപിച്ച് കുറച്ചുനേരത്തിനുള്ളിൽ തന്നെ പ്രമുഖ നേതാക്കളെയെല്ലാം മിസ' (MISA -Maintenance of Internal Security Act) പ്രകാരം തടവിലാക്കി. ജെ പി, മൊറാർജി ദേശായ് തുടങ്ങിയവരെല്ലാം ജയിലിലടയ്ക്കപ്പെട്ടു. പത്തൊമ്പത് മാസം നീണ്ടുനിന്ന അടിയന്തരാവസ്ഥക്കാലത്ത് ഏതാണ്ട് ഒരു ലക്ഷം പേരെ തടവിലടച്ചിരുന്നു. ഭരണകൂടത്തിനും പോലീസിനും അധികാരം കയ്യിൽ ലഭിച്ചതുകൊണ്ട് എന്തും കാണിക്കാം എന്ന അവസ്ഥ സംജാതമായി. പത്രങ്ങൾക്കുണ്ടായ ഭീകരമായ സെൻസർഷിപ്പ് കാരണം രാജ്യത്ത് ഓരോയിടത്തും എന്താണ് നടന്നുകൊണ്ടിരിക്കുന്നത് എന്നതിനെക്കുറിച്ച് ജനങ്ങൾക്ക് യാതൊരറിവും ഉണ്ടായിരുന്നില്ല. 1976 ൽ നടക്കേണ്ടിയിരുന്ന തിരഞ്ഞെടുപ്പ് ഒരു വർഷത്തേക്ക് കൂടി നീട്ടിവെക്കാൻ ഇന്ദിരാഗാന്ധിക്ക് പാർലമെന്റിലെ ഇടപെടലിലൂടെ സാധിച്ചു. ഇത് കൂടിയായപ്പോൾ ജനരോഷം അണപൊട്ടിയൊഴുകി. ഇന്ദിരാ ഗാന്ധിയുടെ ഇളയമകനായ സഞ്ജയ് ഗാന്ധി അധികാരം കയ്യാളാനാരംഭിച്ചത് മറ്റൊരു പ്രധാന പ്രശ്നമായിരുന്നു. സർക്കാരിന്റെ പ്രവർത്തനത്തിൽ തന്നിഷ്ടപ്രകാരം ഇടപെടുകയും സ്വാധീനം ചെലുത്തുകയും ചെയ്യുന്ന ഒരു സമാന്തര ശക്തിയായി സഞ്ജയ് മാറി. കോൺഗ്രസിൽ പുതുതായി ഉണ്ടായ യുവജന പ്രസ്ഥാനത്തിന്റെ അമരക്കാരൻ എന്ന നിലയിലായിരുന്നു സഞ്ജയ് പ്രവർത്തിച്ചത്.

സഞ്ജയ് ഗാന്ധിയാണ് കുടുംബാസൂത്രണം ശക്തമാക്കണമെന്ന് വാദിച്ച് സർക്കാരിനെക്കൊണ്ട് കുടുംബാസൂത്രണ പ്രവർത്തനങ്ങൾ ഏറ്റെ ടുത്ത് നടത്തിച്ചത്. ഇതും കൂടുതൽ ബാധിച്ചത് പാവപ്പെട്ട ജനങ്ങളെ യായിരുന്നു. നിർബന്ധിത കുടുംബാസൂത്രണം അടിയന്തിരാവസ്ഥക്കാ ലത്തെ മറ്റൊരു തീപ്പൊരി പ്രശ്നമായി മാറി. നിലനിൽക്കുന്ന ഭീകരാവ സ്ഥയ്ക്ക് സഞ്ജയ് ഗാന്ധിയുടെ സംഭാവന എരിതീയിലേക്ക് എണ്ണ എന്നതായിരുന്നു.

പ്രക്ഷോഭം രൂക്ഷമായപ്പോൾ ഇന്ദിരാഗാന്ധി 1977 ജനുവരി 18 ന് പൊതുതെരഞ്ഞെടുപ്പ് പ്രഖ്യാപിച്ചു. രാഷ്ട്രീയ തടവുകാരെ വിട്ടയക്കു കയും പത്രസ്വാതന്ത്ര്യം പുനഃസ്ഥാപിക്കുകയും ചെയ്തു. പൊതുയോ ഗങ്ങൾക്കും മറ്റു പ്രവർത്തനങ്ങൾക്കും ഉണ്ടായിരുന്ന വിലക്കുകൾ പിൻവ ലിച്ചു. മാർച്ച് 16 ന് നടന്ന തെരഞ്ഞെടുപ്പിന്റെ ഫലം കോൺഗ്രസ് എന്ന വലിയ കപ്പലിനെ മുഴുവനായും മുക്കിത്താഴ്ത്താൻ പോന്ന തരത്തിലു ള്ളതായിരുന്നു. ഇന്ദിരാഗാന്ധിക്കോ സഞ്ജയിനോ തങ്ങളുടെ സീറ്റുക ളിൽ വിജയിക്കാൻ കഴിഞ്ഞില്ല. വടക്കേ ഇന്ത്യയിലാകെയുള്ള 234 സീറ്റു കളിൽ 2 എണ്ണം മാത്രമാണ് കോൺഗ്രസിന് ലഭിച്ചത്. രാജ്യമൊട്ടുക്ക് ആഞ്ഞടിച്ച അടിയന്തരാവസ്ഥ വിരുദ്ധതരംഗം മൊറാർജി ദേശായിയുടെ നേതൃത്വത്തിലുള്ള ഒരു കോൺഗ്രസിതര ഗവൺമെന്റിനെ ഇന്ത്യയ്ക്ക് സമ്മാനിച്ചു.

ജനങ്ങളുടെ കരുത്തിൽ 'ജനത' : മാർച്ച് 23 ന് മൊറാർജി ദേശായി ഇന്ത്യയുടെ പുതിയ പ്രധാനമന്ത്രിയായി അധികാരമേറ്റു. കോൺഗ്രസ് ഭരിച്ചിരുന്ന ഒമ്പത് സംസ്ഥാനങ്ങളിലെ നിയമസഭകൾ പിരിച്ചുവിട്ട് അവിടെ പുതുതായി തെരഞ്ഞെടുപ്പ് നടത്താനായിരുന്നു മന്ത്രിസഭയുടെ ആദ്യ തീരുമാനം. ഈ ഒമ്പത് സംസ്ഥാനങ്ങളിൽ തമിഴ്നാട്ടിലും പശ്ചിമബം ഗാളിലുമൊഴികെ ജനതാപാർട്ടിക്ക് വ്യക്തമായ ഭുരിപക്ഷം ലഭിക്കുകയും അവർ സർക്കാർ രൂപീകരിക്കുകയും ചെയ്തു. പശ്ചിമബംഗാൾ സി പി ഐ (എം) ന്റെ കയ്യിലും തമിഴ്നാട് എ ഐ എ ഡി എം കെയുടെ കയ്യിലും എത്തിച്ചേർന്നു. അടിയന്തരാവസ്ഥയുടെ കാലത്തെ സ്വേച്ഛാധി പത്യപരമായ പല നടപടികളും പുതിയ സർക്കാർ പിൻവലിച്ചു.

സാമ്പത്തിക രംഗത്തിന്റെ വികസനത്തിന് നെഹ്റു മാതൃകയെ തീർത്തും നിരാകരിച്ചുകൊണ്ടായിരുന്നു ജനതാ ഗവൺമെന്റിന്റെ പ്രവർത്തനം. എന്നിട്ടും സാമ്പത്തികരംഗത്ത് നേട്ടങ്ങളുണ്ടാക്കാൻ ഈ സർക്കാരിനും നല്ല രീതിയിൽ സാധിച്ചിരുന്നില്ല. ഗ്രാമപ്രദേശങ്ങളിലെ ജനങ്ങൾക്കായി രൂപപ്പെടുത്തിയ 'ജോലിക്കു കൂലി ഭക്ഷണം' പരിപാടി തൊഴിലില്ലായ്മ കുറയ്ക്കുന്നതിനും റോഡ്, സ്കൂൾ കെട്ടിടങ്ങൾ തുട ങ്ങിയ അടിസ്ഥാനസൗകര്യങ്ങളുടെ വികസനത്തിനും കളമൊരുക്കിയ ശ്ലാഘനീയമായ ഒന്നായിരുന്നു.

1979 ആകുമ്പോഴേക്കും ചിത്രം മാറിമറിയാൻ തുടങ്ങി. വിലക്കയറ്റം വർദ്ധിച്ചു. ആ വർഷം അവസാനമാകുമ്പോഴേക്കും പണപ്പെരുപ്പ നിരക്ക്

20 ശതമാനത്തിലധികം വർദ്ധിച്ചു. അതോടൊപ്പം ജനതാപാർട്ടിയിലെ ഘടകകക്ഷികൾക്കിടയിലുള്ള സംഘർഷവും വർദ്ധിച്ചുകൊണ്ടിരുന്നു. ചരൺസിംഗ് കുറച്ച് സോഷ്യലിസ്റ്റുകാരോ ടൊപ്പം പാർട്ടി വിട്ടുപോയതോടെ ന്യൂന പക്ഷമായി മാറിയ ജനതാഗവൺമെന്റ് 1979 ജൂലൈ 19 ന് രാജിവെച്ചു. കോൺ ഗ്രസ് (ഐ) യുടെയും കോൺഗ്രസ് (യു) വിലെ ചവാൻ പക്ഷത്തിന്റെയും പിന്തു ണയോടെ, ഒരാഴ്ചക്കുശേഷം ചരൺ സിംഗ് പുതിയ സർക്കാർ രൂപീകരിച്ചു.

കോൺഗ്രസിൽ വീണ്ടും പിളർപ്പ് : വൈ ബി ചവാന്റെയും ബ്രഹ്മാനന്ദ റെഡ്ഡി യുടെയും നേതൃത്വത്തിൽ കോൺഗ്രസിൽ ഇന്ദിരാഗാന്ധിക്കെതിരായി ഒരു തരംഗ മുണ്ടായി. തുടർന്ന് ഇന്ദിരാഗാന്ധി കോൺഗ്രസിന്റെ പിളർപ്പിന് കാരണമാവു

വൈ ബി ചവാൻ

കയും കോൺഗ്രസ് (ഐ) എന്ന പുതിയ പാർട്ടി രൂപീകരിക്കുകയും ചെയ്തു. ചവാന്റെ സംഘം കോൺഗ്രസ് (യു) എന്നും അറിയപ്പെട്ടു.

വീണ്ടും ഇന്ദിരയിലേക്ക് : സഭയിൽ വിശ്വാസം തെളിയിക്കുന്നതിന്റെ തലേദിവസം ചരൺസിംഗ് സർക്കാരിനുള്ള പിന്തുണ ഇന്ദിരാ കോൺഗ്രസ് പിൻവലിച്ചതിനെത്തുടർന്ന് ആ മന്ത്രിസഭയും നിലംപതി ച്ചു. 1980 ൽ നടന്ന പൊതു തെരഞ്ഞെടുപ്പിൽ ഇന്ദിരാഗാന്ധി വീണ്ടും അധികാരത്തിലെത്തി. പുതിയ സർക്കാറിന് ദിശാബോധം തീരെയില്ലാ യിരുന്നു. 1980 ജൂൺ 23 ന് സഞ്ജയ്ഗാന്ധി ഒരു വിമാന അപകടത്തിൽ മരിച്ചത് ഇന്ദിരയെ കൂടുതൽ തളർത്തിയിരുന്നു. അപ്പോൾ മൂത്ത പുത്ര നായ രാജീവ് ഗാന്ധിയെ രാഷ്ട്രീയത്തിലിറക്കുകയും, അദ്ദേഹത്തെ എം പിയായി തെരഞ്ഞെടുക്കുന്നതിന് വേണ്ട പ്രവർത്തനങ്ങൾ നടത്തുകയും ചെയ്തു. തുടർന്ന് രാജീവ് എം പിയും 1983 ൽ കോൺഗ്രസിന്റെ ജന റൽ സെക്രട്ടറിയുമായി.

സിഖ്-ഹിന്ദു വർഗീയ ഘടകങ്ങൾ ഇടപെട്ട് വളർന്ന് വലുതായ പഞ്ചാബ് പ്രശ്നം ഇന്ദിരാഗാന്ധിക്കും തലവേദന തന്നെയായിരുന്നു. സിഖുകാർക്ക് പഞ്ചാബും ഹിന്ദുക്കൾക്ക് ഹരിയാനയും പ്രത്യേകമായി നൽകുകയും ചണ്ഡീഗഡിനെ രണ്ടിന്റെയും സംയുക്ത തലസ്ഥാനമായി പ്രഖ്യാപിക്കുകയും ചെയ്തു. ചണ്ഡീഗഡ് ആരുടെ കൂടെ എന്ന പ്രശ്നം വന്നപ്പോൾ കേന്ദ്രഗവൺമെന്റ് അതിനെ കേന്ദ്രഭരണ പ്രദേശമാക്കി മാറ്റി. അകാലിദൾ നയിച്ച സിഖുകാരോടൊപ്പം 1981 മുതൽ പഞ്ചാബിൽ ജുർനൈൽസിംഗ് ഭിന്ദ്രൻവാലയുടെ നേതൃത്വത്തിൽ തീവ്രവാദ പ്രവർ ത്തനങ്ങളും ആരംഭിച്ചു. ആദ്യം പഞ്ചാബ് കോൺഗ്രസ് ഘടകത്തിന്റെ നായകനും പിന്നീട് കേന്ദ്ര ആഭ്യന്തര മന്ത്രിയുമായ ഗ്യാനിസെയിൽസിങ്

ഭിന്ദ്രൻവാല

ഒരു പരിധി വരെ ഭിന്ദ്രൻവാലയെ സംര ക്ഷിക്കുന്ന നിലപാടാണ് കൈകൊ ണ്ടത്. സുവർണക്ഷേത്രത്തിനകത്ത് ഒളിച്ചിരുന്നാണ് ഭിന്ദ്രൻവാല തീവ്രവാ ദപ്രവർത്തനങ്ങൾക്കും കൊലപാതക ങ്ങൾക്കും നേതൃത്വം നൽകിയിരുന്നത്. അകാലിദളിന് തീവ്രവാദികൾക്കെതിരെ ശക്തമായ നിലപാട് സ്വീകരിക്കാൻ സാധിച്ചുമില്ല.

തീവ്രവാദത്തിന്റെ ആദ്യ വർഷങ്ങ ളിലൊന്നും ഇന്ദിരാ സർക്കാരിന്റെ സജീവമായ ഇടപെടൽ ഈ പ്രശ്ന ത്തിലുണ്ടായിരുന്നില്ല. പഞ്ചാബിലെ അവസ്ഥയാണെങ്കിൽ അനുദിനം വഷളായിക്കൊണ്ടിരിക്കുകയായരുന്നു. പാ കിസ്ഥാൻ ഇതിനിടയിൽ പഞ്ചാബ് പ്രശ്നത്തിൽ തലയിടാൻ തുടങ്ങി യത് കൂടുതൽ അപകടകരമായ അവസ്ഥയിലേക്ക് ഈ പ്രശ്നം പോകും എന്ന സ്ഥിതിയുളവാക്കി. 1984 ആകുമ്പോഴേക്കും പഞ്ചാബിൽ എപ്പോൾ വേണമെങ്കിലും ഒരു വർഗീയ പൊട്ടിത്തെറിയുണ്ടായേക്കും എന്ന അവ സ്ഥയിലെത്തി.

ഓപ്പറേഷൻ ബ്ലൂസ്റ്റാർ : രംഗം ഇത്രയും വഷളായപ്പോൾ പട്ടാളനട പടികൾകൊണ്ടു മാത്രമേ തീവ്രവാദികളെ തുരത്താൻ പറ്റൂ എന്ന അവ സ്ഥയിലെത്തി. സുവർണക്ഷേത്രത്തിൽ നിന്ന് തീവ്രവാദികളെ ഒഴിപ്പി ക്കുന്നതിനുള്ള പട്ടാളപരിപാടിക്ക് നൽകിയ കോഡ്നാമമാണ് ഓപ്പറേ ഷൻ ബ്ലൂസ്റ്റാർ. 1984 ജൂൺ 3 ന് ഇന്ത്യൻ പട്ടാളം സുവർണക്ഷേത്രം വള

ഞ്ഞു. ജൂൺ 5ന് അവർ ക്ഷേത്രത്തിനകത്ത് കട ന്നു. ക്ഷേത്രത്തിനകത്ത് തീവ്രവാദികളെ കൂടാതെ ആയിരത്തിലധികം ഭക്ത ന്മാരും ഉണ്ടായിരുന്നു. തുടർന്ന് നടന്ന വെടിവെ പ്പിൽ ഇവരിൽ കുറെപ്പേർ മരിച്ചു. അതുപോലെ ക്ഷേത്രത്തിന് സാരമായ കേടുപാടുകളും സംഭവി

സുവർണക്ഷേത്രം

ച്ചു. ഭിന്ദ്രൻവാലയും അനുയായികളുമെല്ലാം കൊല്ലപ്പെട്ടു. പക്ഷേ, ഈ നടപടി സിഖുകാരുടെയെല്ലാം മതവികാരം സാരമായി വ്രണപ്പെടുത്തിയ ഒന്നായിരുന്നു.

ഇതിന് പകരമായി ഇന്ദിരാഗാന്ധിക്ക് സ്വന്തം ജീവൻ നഷ്ടപ്പെട്ടു.

1984 ഒക്ടോബർ 31 ന് സ്വന്തം അംഗരക്ഷകരായ സിഖുകാരുടെ വെടി യേറ്റ് അവർ മരിച്ചുവീണു. ഇന്ത്യാചരിത്രത്തിലെ ഒരു യുഗത്തിന് അങ്ങനെ തിരശീല വീണു.

പരമ്പര വീണ്ടും രാജീവിലൂടെ : ഇന്ദിരാഗാന്ധി കൊല്ലപ്പെട്ട അതേ ദിവസം ഒക്ടോബർ 31 ന് രാത്രി രാജീവ് ഗാന്ധി ഇന്ത്യയുടെ പുതിയ പ്രധാനമന്ത്രിയായി അവരോധിക്കപ്പെട്ടു. ഇന്ദിരയുടെ മരണം ലോകമെ മ്പാടുമുണ്ടാക്കിയ ഞെട്ടലിൽ സർക്കാരും ഭരണകൂടവും പോലിസുമെല്ലാം മുഴുകിയിരിക്കുമ്പോൾ, കോൺഗ്രസുകാർ ഡൽഹിയെ അക്ഷരാർത്ഥ ത്തിൽ കുരുതിക്കളമാക്കി മാറ്റുകയായിരുന്നു. ഡൽഹിയിൽ നൂറുകണ ക്കിന് സിഖുകാർ മൃഗീയമായി കൊല ചെയ്യപ്പെട്ടു; ഇന്ദിരാഗാന്ധിയോട് ചെയ്തതിനുള്ള പകരം വീട്ടൽ. കൊള്ളയും കൊള്ളിവെപ്പും ഇതിനുപു റമെ നടന്നു.

ഈ സംഘർഷത്തിലൂടെയാണ് രാജീവ് ഗാന്ധിയുടെ തുടക്കം. അധി കാരത്തിൽ കയറി ആഴ്ചകൾക്കകമാണ് ഭോപ്പാൽ വാതക ദുരന്തം നട ന്നത്. അതിനു കാരണക്കാരായ യൂണിയൻ കാർബൈഡ് എന്ന അമേരി ക്കൻ ബഹുരാഷ്ട്ര കമ്പനിക്കെതിരായ നിയമനടപടികളും അപകട ത്തിൽ പെട്ടവർക്ക് ലഭിക്കേണ്ടിയിരുന്ന നഷ്ടപരിഹാരനടപടികളും മററും കുറെ വൈകിയിരുന്നു. ഭരണകൂടം കാര്യക്ഷമമായി ഇടപെട്ടില്ല എന്ന തായിരുന്നു ഇതിന് കാരണമായത്.

ഇന്ത്യ കണ്ട ഏറ്റവും പ്രായം കുറഞ്ഞ പ്രധാനമന്ത്രിയായിരുന്നു രാജീവ്. അതുകൊണ്ടുതന്നെ ജനം യുവനേതൃത്വത്തിന്റെ ശക്തി രാജ്യ പുരോഗതിയെ വളരെയേറെ സഹായിക്കുമെന്നു അടിയുറച്ചു വിശ്വസി ച്ചിരുന്നു. മന്ത്രിസഭയിലുണ്ടായിരുന്ന വി പി സിങ്ങിന്റെ നേതൃത്വത്തിൽ നടന്ന അഴിമതി വിരുദ്ധ പ്രവർത്തനങ്ങൾക്ക് ആദ്യകാലത്ത് രാജീവ് ഗാന്ധി പിന്തുണ നൽകിയിരുന്നു. അദ്ദേഹത്തിന് പത്രമാധ്യമങ്ങൾ ആ സമയത്ത് 'മിസ്റ്റർ ക്ലീൻ' ഇമേജും നൽകിയിരുന്നു.

ഇന്ദിരാഗാന്ധി തുടങ്ങിവെച്ച കമ്പ്യൂട്ടർവൽക്കരണ പരിപാടി പൂർവ്വാ ധികം ശക്തിയോടെ മുന്നോട്ടു കൊണ്ടുപോയത് രാജീവ് ഗാന്ധിയാണ്. തൊഴിലാളികൾ ധാരാളം ഉള്ള ഇന്ത്യയിൽ കമ്പ്യൂട്ടർവൽക്കരണം ഉണ്ടാ ക്കിയേക്കാവുന്ന പ്രശ്നങ്ങളെച്ചൊല്ലിയുണ്ടായ വിവാദങ്ങളെല്ലാം രാജീവ് ഗാന്ധി തീർത്തും അവഗണിക്കുകയായിരുന്നു. ആറു പ്രധാന കാര്യങ്ങ ളിലൂന്നി അദ്ദേഹം നടപ്പിലാക്കിയ സാങ്കേതിക ദൗത്യങ്ങൾ (technological missions) സുപ്രധാനമാണ്. ഇതിൽ രാജീവിന്റെ ഉപദേശിയായിരുന്ന ആളാണ് സാം പെട്രോഡ. വാർത്താവിനിമയ രംഗത്ത് വിപ്ലവകരമായ മാറ്റങ്ങൾ നടപ്പിലാക്കുന്നതിന്റെ മുന്നോടിയായി ഇന്ദിരാഗാന്ധിയുടെ കാലം മുതൽ തന്നെ സഹകരിച്ചിരുന്ന, അമേരിക്കയിൽ പരിശീലനം നേടിയ ഈ ഇന്ത്യൻ വാർത്താവിനിമയസാങ്കേതിക വിദഗ്ധന്റെ സാന്നിധ്യം ഭരണപക്ഷത്തുണ്ടായിരുന്നു.

പഞ്ചായത്തീ രാജ് സംവിധാനങ്ങൾ മെച്ചപ്പെടുത്തൽ, ഗ്രാമങ്ങളിലെ

പാവപ്പെട്ടവർക്ക് ഒരു വർഷം 50 മുതൽ 100 ദിവസം വരെയെങ്കിലും ജോലി ഉറപ്പാക്കുന്ന ജവഹർ റോസ്ഗാർ യോജന പദ്ധതി നടപ്പിലാക്കൽ, വിദ്യാലയങ്ങളിൽ അടിസ്ഥാന സൗകര്യങ്ങൾ ലഭ്യമാക്കുന്ന ഓപ്പറേഷൻ ബ്ലാക്ക്ബോർഡ് പ്രവർത്തനം, നവോദയ വിദ്യാലയങ്ങളുടെ സ്ഥാപനം, പഞ്ചായത്ത് ഭരണസംവിധാനത്തിൽ 30% സീറ്റുകൾ വനിതകൾക്കു വേണ്ടി സംവരണം ചെയ്യാൻ ആവശ്യപ്പെടുന്ന നാഷണൽ പെർസ്പെക്ടീവ് പ്ലാൻ ഫോർ വുമണിന്റെ രൂപീകരണം, പരിസ്ഥിതി സംരക്ഷണ പ്രവർത്തനങ്ങളുടെ ആവശ്യകത മനസ്സിലാക്കി അതിനുവേണ്ടി ഒരു മന്ത്രാലയം തന്നെ രൂപീകരിക്കൽ തുടങ്ങി ഒട്ടേറെ പ്രവർത്തനങ്ങൾ രാജീവ് ഗാന്ധിയുടെ കാലത്ത് നടന്നിരുന്നു. 1985ൽ നിലവിൽ വന്ന കൂറുമാറ്റ നിരോധന നിയമം (Anti defection law) അദ്ദേഹത്തിന്റെ ഒരു പ്രധാന നേട്ടമായി വിലയിരുത്തപ്പെടുന്നു.

ശ്രീലങ്കൻ പ്രശ്നവും രാജീവ് ഗാന്ധിയും : ശ്രീലങ്കയിലെ തമിഴ് വംശജരുടെ അവകാശത്തിനു വേണ്ടി പൊരുതുകയും, അവർക്ക് വേറെ തന്നെ രാജ്യമായി നിലനിൽക്കാൻ ശ്രീലങ്കയിൽ നിന്നും സ്വാതന്ത്ര്യം വേണമെന്ന് ആവശ്യപ്പെടുകയും ചെയ്യുന്ന സംഘടനയാണ് എൽ ടി ടി ഇ(ലിബറേഷൻ ടൈഗേഴ്സ് ഓഫ് തമിൽ ഈഴം). അവരുടെ കേന്ദ്രമായ ജാഫ്നയിൽ 1983ൽ ശ്രീലങ്കൻ സർക്കാർ നടത്തിയ അക്രമങ്ങൾ തമിഴ്നാട്ടിലേക്ക് ഒട്ടേറെ അഭയാർത്ഥികൾ പ്രവഹിക്കുന്നതിനിടയാക്കിയിരുന്നു. ശ്രീലങ്കയിൽ അരക്ഷിതാവസ്ഥ ശക്തമായി തുടർന്നു. ശ്രീലങ്കയ്ക്ക് ആശ്രയമായി ഇന്ത്യ മാത്രമായിരുന്നു സഹായത്തിന് ഉണ്ടായിരുന്നത്. 1987 ൽ ശ്രീലങ്കൻ പ്രസിഡന്റ് ജയവർദ്ധനെയും രാജീവ് ഗാന്ധിയും ചേർന്ന് ഒരു പുതിയ ധാരണയുണ്ടാക്കി. അതിന്റെ അടിസ്ഥാനത്തിൽ ശ്രീലങ്കയുടെ തമിഴ് ആധിപത്യമുണ്ടായിരുന്ന വടക്കൻ പ്രദേശങ്ങളും കിഴക്കൻ പ്രദേശങ്ങളും കൂട്ടിയോജിപ്പിച്ച് ഒരു പ്രത്യേക മേഖല ഉണ്ടാക്കാനും അധികാരം കൈമാറാനും കുറച്ച് കാലങ്ങൾ കൊണ്ട് എൽ ടി ടി ഇയെ നിരായുധീകരിച്ച് പിരിച്ചുവിടാനും തീരുമാനിച്ചു. പക്ഷേ എൽ ടി ടി ഇയ്ക്ക് ഇത് പല കാരണങ്ങൾക്കൊണ്ടും സ്വീകാര്യമായ ഒരു ധാരണയില്ലായിരുന്നു. ഇതിനെത്തുടർന്ന് ശ്രീലങ്കയിൽ നിയോഗിച്ച ഇന്ത്യൻ സമാധാന ദൗത്യസേനയും (IPKF-Indian Peace Keeping Force) എൽ ടി ടി ഇയും തമ്മിൽ ശക്തമായ ഏറ്റുമുട്ടലുണ്ടായി. തുടർന്ന് പ്രശ്നം അനുദിനം വഷളായിക്കൊണ്ടിരുന്നു. ഈ പ്രശ്നത്തിൽ രാജീവ് ഗാന്ധിയുടെ ഓരോ തീരുമാനങ്ങളും സ്വന്തം ശവപ്പെട്ടിയുടെ മേലെ തറയ്ക്കുന്ന ആണികളായി മാറുകയായിരുന്നു. ഒടുവിൽ രാജീവിന് സ്വന്തം ജീവൻ നഷ്ടപ്പെടുത്തേണ്ടിവന്നു.

ബൊഫേഴ്സ് വിവാദം : രാജീവ് ഗാന്ധിക്ക് ഇന്ത്യയിലുണ്ടായിരുന്ന മിസ്റ്റർ ക്ലീൻ ഇമേജ് പാടെ തകർന്നത് ബോഫേഴ്സ് വിവാദത്തോടെയാണ്. നെഹ്റുവിൽ നിന്നും വ്യത്യസ്തമായി ഇന്ദിരാഗാന്ധിയിലും പിന്നീട് രാജീവ്ഗാന്ധിയിലും എത്തുമ്പോഴേക്ക് പ്രതിരോധരംഗത്തെ

ആവശ്യങ്ങൾക്ക് മാറ്റിവെച്ച തുകയുടെ തോത് വളരെയധികം ഉയർന്നു. മിസൈൽ പ്രോഗ്രാമുകളും, സേനാ നവീകരണ പ്രവർത്തനങ്ങളും സജീ വമായി മുന്നോട്ട് കൊണ്ടുപോയി. രാജീവിന്റെ അവസാന വർഷങ്ങളിൽ, മൊത്തം ഗവൺമെന്റ് ചെലവിന്റെ അഞ്ചിലൊരു ഭാഗവും പ്രതിരോധാ വശ്യങ്ങൾക്കായിരുന്നു ചെലവഴിച്ചിരുന്നത്.

രാജീവിന്റെ ധനകാര്യ മന്ത്രിയായിരുന്ന വി പി സിങ് ഇന്ത്യയിലെ വ്യാവസായിക പ്രമുഖരുടെയും ഉന്നതരുടെയും വിദേശ നിക്ഷേപങ്ങ ളെയും അതിലെ പ്രശ്നങ്ങളെയും പറ്റി ആഴത്തിലുള്ള അന്വേഷണം നടത്താനാരംഭിച്ചു. പല വമ്പന്മാരുടേയും കേന്ദ്രങ്ങളിൽ വ്യാപകമായ റെയ്ഡ് നടന്നു. ഫലമോ? വി പി സിങ്ങിനെ ധനകാര്യത്തിൽ നിന്ന് നേരെ പ്രതിരോധത്തിലേക്ക് മാറ്റി. അപ്പോഴാണ് HDW (Howaldtswerke-Deutscne Werft) എന്ന പ്രമുഖ ജർമ്മൻ കപ്പൽ നിർമ്മാണ കമ്പനി യിൽ നിന്ന് മുങ്ങിക്കപ്പലുകൾ വാങ്ങിയതിൽ നടന്നെന്ന് പറയുന്ന അഴി മതിയെക്കുറിച്ച് രാജീവിനോട് അനുവാദം ചോദിക്കാതെ വി പി സിങ് അന്വേഷണ ഉത്തരവിട്ടത്. കാബിനറ്റിൽ ഇത് വിവാദമായതിനെത്തുടർന്ന് വി പി സിങ് മന്ത്രിസഭയിൽ നിന്ന് രാജിവെക്കുകയുണ്ടായി. വി പി സി ങ്ങിന്റെ രാജിക്കുശേഷമാണ് ബോഫോഴ്സ് വിവാദം പൊട്ടിപ്പുറപ്പെട്ടത്.

സ്വീഡിഷ് റേഡിയോ ആണ് ആദ്യമായി ബോഫോഴ്സ് അഴിമതി യെക്കുറിച്ചുള്ള വാർത്ത പുറത്തുവിട്ടത്. ഹൊവിറ്റ്സർ തോക്കുകൾ ഇന്ത്യക്ക് വിൽക്കുന്നതിനുള്ള കരാർ ലഭിക്കുന്നതിനായി സ്വീഡനിലെ ബോഫോഴ്സ് കമ്പനി ഇന്ത്യയിലെ ഉദ്യോഗസ്ഥന്മാർക്കും കോൺഗ്രസ് പാർട്ടി നേതാക്കൾക്കും അറുപത് കോടിയിലധികം ഇന്ത്യൻ രൂപ കൈക്കൂലിയായി നൽകി എന്നതായിരുന്നു ആ വാർത്ത. *ഇന്ത്യൻ എക്സ്പ്രസ്, ദ ഹിന്ദു* എന്നീ ഇന്ത്യൻ പത്രങ്ങൾ ഇതിനെക്കുറിച്ച് വ്യാപ കമായി അന്വേഷണം നടത്തി വാർത്തകൾ പ്രസിദ്ധീകരിച്ചു. ഇറ്റാലി യൻ ബിസിനസുകാരനായ ഒട്ടാവിയോ ക്വത്റോച്ചി ആണ് ഈ ബിസി നസ്സിന്റെ മദ്ധ്യസ്ഥനായിരുന്നത്. ഇപ്പോഴും അന്വേഷണം നടന്നുകൊ ണ്ടിരിക്കുന്ന ഈ കേസിൽ ക്വത്റോച്ചിയെ ഇനിയും സി ബി ഐക്ക് അറസ്റ്റ് ചെയ്യാൻ സാധിച്ചിട്ടില്ല. മറ്റൊരു പ്രതിയായിരുന്ന വിൻഛദ്ദ കേസി നിടയിൽ മരിക്കുകയും ചെയ്തു. ഇന്ത്യ കണ്ട ഏറ്റവും വലിയ അഴിമതി രാജീവ്ഗാന്ധിയേയും കോൺഗ്രസിനേയും പിടിച്ചുലച്ചു.

ഭരണത്തിൽ നിന്നൊഴിയുന്നതിന് തൊട്ടുമുമ്പുള്ള മാസങ്ങൾ രാജീ വിന് കയ്പേറിയതായിരുന്നു. കൂടെക്കൂടെ മനംമാറ്റം സംഭവിച്ചുകൊണ്ടി രിക്കുന്ന വ്യക്തിയായിരുന്നു രാജീവ്. മിക്കവാറും രണ്ടുമാസത്തിലൊരി ക്കൽ രാജീവ് തന്റെ മന്ത്രിസഭയിൽ അഴിച്ചുപണി നടത്തിയിരുന്നു. അധി കാരത്തിൽ കയറിയതിനുശേഷം മാത്രം രാഷ്ട്രീയത്തിന്റെ ബാലപാഠ ങ്ങൾ അഭ്യസിച്ച ഒരു വ്യക്തിയായിരുന്നു രാജീവ്. അതുകൊണ്ടുതന്നെ അനുഭവജ്ഞാനമില്ലാത്ത ഒരു വ്യക്തിക്കുണ്ടാകാവുന്ന എല്ലാ പ്രശ്ന ങ്ങളും ഉണ്ടായിരുന്നു. ഇന്ത്യയിൽ ഇന്ന് കാണുന്ന രീതിയിലുള്ള ഉപ

ഭോഗസംസ്കാരത്തിന്റെ ജനയിതാവും പോഷിതാവും രാജീവ്ഗാന്ധിയാ
ണ് എന്നുപറയാം. 1991ലെ പൊതുതെരഞ്ഞെടുപ്പ് പ്രചരണത്തിന്റെ ഭാഗ
മായി തമിഴ്നാട്ടിൽ മെയ് 21 ന് രാത്രി ശ്രീപെരുമ്പത്തൂരിൽ നടന്ന പരി
പാടിയിൽ പങ്കെടുക്കുന്നതിനിടെ മനുഷ്യബോംബിന്റെ രൂപത്തിൽ വന്ന
എൽ ടി ടി ഇ സംഘാംഗം രാജീവിന്റെ അന്തിമവിധിയെഴുതി.

പുതുപ്രതീക്ഷയേകി ജനകീയമുന്നണി : 1989 ഡിസംബർ 2 നാണ്
വി പി സിങ് ഇന്ത്യയുടെ പ്രധാനമന്ത്രിയായി അധികാരമേറ്റത്. മണ്ഡൽ
കമ്മീഷൻ ശുപാർശകൾ നടപ്പിൽ വരുത്താൻ തീരുമാനിച്ചതാണ് വി പി
സിങ്ങിന്റെ കാലത്തെ വളരെ വിവാദമായ തീരുമാനങ്ങളിലൊന്ന്. മറ്റു
പിന്നാക്ക വിഭാഗങ്ങൾക്ക് പൊതുമേഖലയിൽ ഒരു നിശ്ചിതകോട്ട ജോലി
കൾ സംവരണം ചെയ്യുക എന്നതായിരുന്നു മണ്ഡൽ കമ്മീഷന്റെ നിർദ്ദേ
ശം. വടക്കേ ഇന്ത്യയിൽ വ്യാപകമായ പ്രതിഷേധങ്ങൾക്കിടയാക്കിയ ഒരു
തീരുമാനമായിരുന്നു ഇത്.

വി പി സിങ്ങിന്റെ കൂട്ടുകക്ഷി ഭരണത്തിൽ പ്രധാനപങ്കാളിയായി
രുന്ന ബി ജെ പി അയോധ്യയിലെ രാമജന്മഭൂമി പ്രശ്നം ഏറ്റെടുത്ത്
ഹിന്ദുത്വ അജണ്ടയുമായി മുന്നോട്ടുപോകാൻ തുടങ്ങിയ ഒരു കാലമാ
യിരുന്നു തൊണ്ണൂറുകളുടെ ആദ്യം. അയോധ്യയിൽ പള്ളിപൊളിച്ച് രാമ
ക്ഷേത്രം നിർമ്മിച്ചേ മറ്റു പരിപാടികളെന്തുമുള്ളൂ എന്ന പ്രഖ്യാപന
ത്തോടെ, ആർ എസ് എസ്, വി എച്ച് പി, സംഘ്പരിവാർ തുടങ്ങിയ തീവ്ര
ഹിന്ദുവാദികളും ബി ജെ പിക്കൊപ്പം തന്നെയുണ്ടായിരുന്നു. ഇതിന്റെ ഭാഗ
മായി അന്നത്തെ ബി ജെ പി പ്രസിഡന്റ് എൽ കെ അദ്വാനി ഇന്ത്യയിലു
ടനീളം സഞ്ചരിച്ചുകൊണ്ടുള്ള രഥയാത്ര സംഘടിപ്പിച്ചു. അയോധ്യ

അദ്വാനിയുടെ രഥയാത്ര

ചന്ദ്രശേഖർ

യിലായിരുന്നു രഥയാത്രയുടെ സമാപനം ഉദ്ദേശിച്ചിരുന്നതെങ്കിലും അവിടെ എത്തു ന്നതിന് മുമ്പുതന്നെ വി പി സിങ്ങിന്റെ ഉത്തരവിനെത്തുടർന്ന് അദ്വാനി അറസ്റ്റ് ചെയ്യപ്പെട്ടു. തുടർന്ന് ബി ജെ പി ഈ സർ ക്കാരിന് നൽകി വന്ന പിന്തുണ പിൻവലി ച്ചു. അവിശ്വാസപ്രമേയത്തിൽ പരാജയപ്പെട്ട വി പി സിങ് മന്ത്രിസഭ 1990 നവംബർ 10 ന് രാജിവെച്ചൊഴിഞ്ഞു.

അഴിമതിക്കെതിരായി കടുത്ത നടപ ടികൾ സ്വീകരിച്ച വി പി സിങ് താഴേക്കിട യിലുള്ള ജനങ്ങളുടെ ഉന്നമനത്തിനു വേണ്ടി നല്ലരീതിയിൽ പ്രവർത്തിച്ചു. ഇന്ത്യ കണ്ട ഏറ്റവും മികച്ച പ്രധാനമന്ത്രിമാരി ലൊരാളായിരുന്നു വി പി സിങ്. ഇതെല്ലാം തന്നെയായിരിക്കാം ഒരു പക്ഷേ അദ്ദേഹത്തിന് പെട്ടെന്ന് തന്നെ അധികാരത്തിൽ നിന്നിറങ്ങേണ്ടി വന്നതിനും കാരണം.

1990 നവംബർ 10 മുതൽ 1991 ജൂൺ 21 വരെ മാത്രം പ്രധാനമന്ത്രി സ്ഥാനം വഹിച്ച സമാജ്വാദി ജനതാപാർട്ടി നേതാവ് ചന്ദ്രശേഖറിന്റെ അക്കൗണ്ടിൽ കാര്യമായി എന്തെങ്കിലും ചെയ്ത ഒരു പ്രധാനമന്ത്രി എന്ന് എവിടെയും രേഖപ്പെടുത്തപ്പെട്ടിട്ടില്ല. കോൺഗ്രസ് കാല് വാരിയതോടെ യാണ് ചന്ദ്രശേഖറിനും അധികാരത്തിൽ നിന്നിറങ്ങേണ്ടി വന്നത്.

നയംമാറ്റം റാവുവിലൂടെ : ഇന്ത്യൻ സാമ്പത്തികനയത്തിൽ പൂർണ്ണ മായ അഴിച്ചുപണി നടത്തിപ്പിൽ വരുത്താൻ ഉറച്ച തീരുമാനവുമായാണ് ധനകാര്യമന്ത്രി മൻമോഹൻസിങ്ങിന്റെ കയ്യും പിടിച്ച് പി വി നരസിംഹ റാവു ഇന്ത്യൻ പ്രധാനമന്ത്രിയായി അവതരിച്ചത്. 1991 ജൂൺ 21 മുതൽ 1996 മെയ് 16 വരെ അദ്ദേഹം അധികാരത്തിൽ തുടർന്നു. 'ഇന്ത്യൻ സാമ്പ ത്തിക പരിഷ്കാരങ്ങളുടെ പിതാവ്' എന്ന് പലപ്പോഴും വിശേഷിപ്പിക്ക പ്പെടുന്ന റാവു ഒരു സ്വതന്ത്രവിപണി എല്ലാവർക്കുമായി തുറന്നിട്ടു കൊടു ത്തു. മൂലധനശക്തികൾക്ക് എങ്ങനെയും കയറിവരാനും എന്തും ചെയ്യാ നും അനുകൂലമായ മണ്ണായി ഇന്ത്യയെ മാറ്റി. സാമ്പത്തിക ഉദാരവൽക്ക രണം, ആഗോളവൽക്കരണം ഇതിന്റെ അനിവാര്യ സഹചാരിയായ സ്വകാ ര്യവൽക്കരണം എന്നിവയെ പുണർന്നായിരുന്നു റാവുവിന്റെ ദിനങ്ങൾ കടന്നുപോയത്. തീവ്രവാദത്തിനെതിരെയുള്ള ഇന്ത്യയിലെ ആദ്യത്തെ നിയമമായ ടാഡ (Terrorist and Disruptive Activities (Prevention) Act) കൊണ്ടുവന്നത് റാവുവാണ്.

സാമ്പത്തികാസൂത്രണം : കൊളോണിയൽ ശക്തികൾ ഇരുനൂ റോളം വർഷങ്ങളായി ചവിട്ടിത്തേച്ച് നാനാവിധമാക്കിയ, നാശോന്മുഖ മായ ഒരു സാമ്പത്തിക വ്യവസ്ഥയെ അഭിമുഖീകരിക്കുകയും അതിനെ

മെച്ചപ്പെടുത്തുകയും ചെയ്യുക എന്ന അഗ്നിപരീക്ഷയാണ് ജവഹർലാൽ നെഹ്റുവിന് സ്വതന്ത്ര ഇന്ത്യയിൽ ആദ്യമായി നേരിടേണ്ടി വന്ന പ്രധാന പ്രശ്നങ്ങളിലൊന്ന്. ലോകത്തെ ഒട്ടുമിക്ക സ്ഥലങ്ങളിലും നടപ്പിലായി ക്കൊണ്ടിരുന്ന വ്യാവസായിക പുരോഗതിയിലേക്ക് നയിക്കുന്ന പല പദ്ധ തികളും അന്ന് ഇന്ത്യക്ക് അന്യമായിരുന്നു. ദാരിദ്ര്യം, നിരക്ഷരത, തകർന്ന കാർഷികവ്യവസ്ഥയും വ്യവസായ മേഖലയും.... പ്രശ്നങ്ങളുടെ പട്ടിക നീളുകയായിരുന്നു.

അതേ സമയം സ്വാതന്ത്ര്യാനന്തര ഇന്ത്യ സ്വീകരിക്കേണ്ട വികസ നപാത ഏതായിരിക്കണം എന്ന കാര്യത്തെക്കുറിച്ച് എല്ലാ വിഭാഗങ്ങൾക്കി ടയിലും സമവായം നിലനിന്നിരുന്നു. വിദേശ മൂലധന വ്യവസായങ്ങളെ ചെറുത്തുകൊണ്ടുള്ള, സ്വാശ്രയരീതിയിലധിഷ്ഠിതമായ ഒരു ബഹുമു ഖനയമാണ് ഇവിടെ വേണ്ടതെന്നായിരുന്നു പൊതുവെയുള്ള അഭിപ്രാ യം. ജന്മി സമ്പ്രദായം അവസാനിപ്പിച്ചുകൊണ്ടുള്ള ഭൂപരിഷ്കരണരീതി നടപ്പിലാക്കാനും, സഹകരണസംഘങ്ങൾ ആരംഭിക്കാനും മറ്റുമുള്ള നിർദ്ദേശങ്ങളും മുന്നോട്ടുവെക്കപ്പെട്ടു. എല്ലാറ്റിലുമുപരി ജനാധിപത്യവും പൗരസ്വാതന്ത്ര്യവും നിലനിൽക്കുന്ന ഒരു ചട്ടക്കൂടിൽ നിന്നുകൊണ്ട് വള രെ പെട്ടെന്നുള്ള വ്യാവസായികവികസനം ലക്ഷ്യം വെക്കുന്ന പദ്ധതി കൾ ആസൂത്രണം ചെയ്യുക എന്നതായിരുന്നു പ്രധാന ഉദ്ദേശ്യം. ഇവിടെ പൊതുമേഖലയ്ക്കാണ് ഏറ്റവും മുന്തിയ പരിഗണന നൽകിയത്. സോഷ്യ ലിസത്തെ ജനാധിപത്യത്തിൽ നിന്ന് വേറിട്ട് കാണാൻ കഴിയില്ല എന്ന് നെഹ്റു മനസിലാക്കിയിരുന്നു.

ഇത്തരം ചില ചിന്തകളാണ് 1950 മാർച്ച് 15ന് ഇന്ത്യൻ ആസൂത്രണ കമ്മീഷന്റെ രൂപീകരണത്തിന് വഴിതെളിച്ചത്. നെഹ്റുവായിരുന്നു പ്ലാനിംഗ് കമ്മീഷൻ അധ്യക്ഷൻ. 'പഞ്ചവത്സര പദ്ധതികൾ' എന്ന പേരിൽ അഞ്ച് വർഷത്തെ കാലയളവിലേക്ക് ഇന്ത്യയിൽ വികസനപദ്ധതികൾ അവതരിപ്പിക്കപ്പെട്ടു. സാമ്പത്തിക വികസനത്തിന്റെ പാതയിലേക്കുള്ള പ്രധാന ചുവടുവയ്പുകളായിരുന്നു ഇന്ത്യയുടെ പഞ്ചവത്സര പദ്ധതികൾ. സോഷ്യലിസ്റ്റ്-മുതലാളിത്ത സാമ്പത്തിക വ്യവസ്ഥകളിൽ നിന്നുള്ള നല്ല വശങ്ങൾ ഉൾക്കൊള്ളിച്ച ഒരു മിശ്ര സമ്പദ്‌വ്യവസ്ഥയാണ് ആസൂത്രണ കമ്മീഷൻ ലക്ഷ്യമിട്ടിരുന്നത്. പ്രധാനമന്ത്രി അധ്യക്ഷനായ പ്ലാനിംഗ് കമ്മീ ഷന്റെ ഉപാധ്യക്ഷനായി മറ്റൊരു വ്യക്തിയെ അദ്ദേഹം നിയമിക്കുന്നു. ഒന്നാം പഞ്ചവത്സര പദ്ധതി ഒട്ടേറെ പ്രശ്നങ്ങളുടെ നടുവിലാണ് ആരം ഭിച്ചത്. വിഭജനാനന്തര പ്രശ്നങ്ങളും, കുടിയേറ്റം മൂലമുണ്ടായ അഭ യാർത്ഥി പ്രശ്നങ്ങളും മറ്റുമാണ് ഇക്കാലയളവിൽ പ്രധാന പരിഗണന യിൽ വന്നത്. എന്നാൽ രണ്ടാം പദ്ധതിയുടെ കാലമാകുമ്പോഴേക്കും മഹ ലനോബിസ് മാതൃക എന്ന സാമ്പത്തികവികസന മാതൃകയുടെ അടി സ്ഥാനത്തിൽ ആസൂത്രണപദ്ധതി ആവിഷ്കരിക്കപ്പെട്ടു. ഇന്ത്യയിലെ പ്രമുഖ സ്ഥിതിവിവരശാസ്ത്രജ്ഞനായ പ്രശാന്തചന്ദ്ര മഹലനോബിസ് ആണ് 1953ൽ ഈ മാതൃക വികസിപ്പിച്ചത്. വളരെയധികം അറിയപ്പെട്ട നെഹ്റു-മഹലനോബിസ് പദ്ധതിക്ക് രണ്ടാം പദ്ധതിയിലാണ് തുടക്ക മായത്. മൂന്നാം പദ്ധതിയിലും അത് തുടർന്നു. ഇപ്പോൾ പതിനൊന്നാം

പഞ്ചവത്സരപദ്ധതിയാണ് നിലവിലിരിക്കുന്നത്. 1951 മുതൽ ഇതുവരെ യുള്ള കാലത്തിനിടയിൽ പദ്ധതി ഒഴിവുള്ള കുറച്ചുകാലവുമുണ്ടായിരു ന്നു. ആ ഇടവേളകളിൽ വാർഷിക പദ്ധതികൾ നിലവിലുണ്ടായിരുന്നു. ഇതുവരെയുള്ള പഞ്ചവത്സരപദ്ധതികളെക്കുറിച്ചുള്ള വിവരങ്ങൾ ചുവടെ.

ഒന്നാം പദ്ധതി	1951–1956	കൃഷി, ജലസേചനം, വൈദ്യുതോൽപ്പാ ദനം എന്നിവയ്ക്ക് പ്രാധാന്യം നൽകി. ഭക്ഷ്യോൽപ്പാദനം 20% വർദ്ധിച്ചു. ദേശീയ വരുമാനത്തിൽ 18% വർദ്ധനവും പ്രതി ശീർഷ വരുമാനത്തിൽ 11% വർദ്ധനവും ഉണ്ടായി. ഭക്രാനംഗൽ, ഹിരാക്കുഡ്, ദാമോദർവാലി എന്നീ വിവിധോദ്ദേശ്യ പ ദ്ധതികൾ ആരംഭിച്ചു.
രണ്ടാം പദ്ധതി	1956–61	വ്യവസായ പുരോഗതി മുഖ്യലക്ഷ്യം, ദേശീയ വരുമാനത്തിൽ 20% വളർച്ച, സോ ഷ്യലിസ്റ്റ് സമൂഹം എന്നിവ ലക്ഷ്യം വച്ചു. ദുർഗാപ്പൂർ, ഭീലായി, റൂർക്കേല ഇരുമ്പു രുക്കുശാലകൾ, ചിത്തരഞ്ജൻ ലോക്കോ മോട്ടീവ്സ്, പേരാമ്പൂർ കോച്ച് ഫാക്ടറി എന്നിവ ഈ കാലത്ത് സ്ഥാപിതമായവ യാണ്. പദ്ധതികാലത്ത് കൽക്കരി ഉൽപ്പാ ദനത്തിൽ ഗണ്യമായ വർദ്ധനവുണ്ടായി. വടക്കുകിഴക്കൻ സംസ്ഥാനങ്ങളിൽ കൂടു തൽ റെയിൽവേ ലൈനുകൾ അനുവദിച്ചു.
മൂന്നാം പദ്ധതി	1961–66	കൃഷിക്ക് ഊന്നൽ നൽകി. പക്ഷേ, 1962ലെ ഇന്തോ–ചൈനയുദ്ധം മൂലം ശ്രദ്ധ പ്രതിരോധത്തിലേക്ക് തിരിച്ചുവിടേണ്ടിവ ന്നു. നിരവധി സിമന്റ്, വളം നിർമ്മാണ ശാലകൾ ആരംഭിച്ചതും പഞ്ചാബ് ഗോതമ്പ് ഉൽപ്പാദനത്തിൽ റെക്കോർഡി ട്ടതും ഈ പദ്ധതി കാലത്തെ നേട്ടങ്ങ ളായി ചൂണ്ടിക്കാട്ടാം. 5% വളർച്ചനിരക്ക് ലക്ഷ്യം വച്ചെങ്കിലും 2.2% വളർച്ച കൈവ രിക്കാനേ സാധിച്ചുള്ളൂ. 1965ലെ ഇന്തോ– പാക് യുദ്ധം മൂലം പദ്ധതിനടത്തിപ്പിൽ ചില നീക്കുപോക്കുകൾ വേണ്ടി വന്നു. അതിന്റെ ഫലമായി 1966–69 കാലത്ത് മൂന്ന് വാർഷിക പദ്ധതികൾ നടപ്പിലാ ക്കാനേ സാധിച്ചുള്ളൂ. ഹരിത വിപ്ലവം, ബാങ്ക് ദേശസാൽക്കരണം എന്നിവ ഈ കാലഘട്ടത്തിന്റെ സംഭാവനകളാണ്.

നാലാം പദ്ധതി	1969—74	ദാരിദ്ര്യനിർമ്മാർജ്ജനം, സാമൂഹ്യനീതി എന്നിവ ലക്ഷ്യംവെച്ചു. വാർഷിക വളർച്ചാനിരക്ക് 3.3%. കാർഷികോൽപ്പാദനത്തിൽ 2.8% വും വ്യവസായികോൽപ്പാദനത്തിൽ 3.9% വർദ്ധനവും പ്രകടമായി. കുടുംബാസൂത്രണവും 1974 ലെ ഇന്ത്യയുടെ ആദ്യ ആണവ പരീക്ഷണവും 4-ാം പദ്ധതിയുടെ സവിശേഷതകളാണ്.
അഞ്ചാം പദ്ധതി	1974–79	ദാരിദ്ര്യ നിർമ്മാർജനം, സ്വാതന്ത്ര്യം ഉറപ്പുവരുത്തൽ എന്നിവ ലക്ഷ്യങ്ങൾ. അടിസ്ഥാന വിദ്യാഭ്യാസം, ശുദ്ധജലവിതരണം, ആരോഗ്യം, ഭൂസംരക്ഷണം, ചേരി നിർമ്മാർജ്ജനം എന്നിവയ്ക്കുവേണ്ടി പദ്ധതികൾ ആവിഷ്കരിച്ചു. വളർച്ചാനിരക്ക് 5.2%. 1978ൽ ജനതാഗവൺമെന്റ് പദ്ധതി നിർത്തിവെച്ചു. 1978–83 കാലത്തേക്ക് ജനതാഗവൺമെന്റ് റോളിങ് പ്ലാൻ എന്ന പേരിൽ ഒരു പദ്ധതി ആവിഷ്കരിച്ചെങ്കിലും പിന്നീടു വന്ന ഇന്ദിരാ ഗാന്ധി ഗവൺമെന്റ് ഇത് നിരാകരിച്ചു.
ആറാം പദ്ധതി	1980–85	ദാരിദ്ര്യനിർമ്മാർജ്ജനത്തിന് മുൻതൂക്കം നൽകി, കാർഷിക വ്യാവസായിക വികസനം പരസ്പരബന്ധവും സമകാലികവുമായി സാധിക്കുക എന്ന തന്ത്രം സ്വീകരിച്ചു. ദേശീയ വരുമാനം 5.3% വർദ്ധിച്ചു. ഏഴാം പദ്ധതി 1985–1990 ഭക്ഷ്യോൽപ്പാദന വർദ്ധന, തൊഴിൽ ലഭ്യതയുടെ വർദ്ധന എന്നിവയ്ക്ക് മുൻതൂക്കം നൽകി. വികസനം, നവീകരണം, സ്വാശ്രയത്വം, സാമൂഹിക നീതി എന്നിവ ലക്ഷ്യം വെച്ചു. വാർഷിക വളർച്ചാനിരക്ക് 4%വും നിർമ്മാണ വ്യവസായങ്ങളുടെ വളർച്ചാനിരക്ക് 8.8%വും ആയിരുന്നു. 1990–1992 കാലത്ത് നിലനിന്നിരുന്ന രാഷ്ട്രീയ അനിശ്ചിതത്വങ്ങൾ മൂലം പഞ്ചവത്സരപദ്ധതികൾ ഒന്നും തന്നെ നടപ്പിലാക്കിയില്ല. പകരം വാർഷികപദ്ധതികൾ നടപ്പിലാക്കി.
എട്ടാം പദ്ധതി	1992–97	വ്യവസായങ്ങളുടെ ആധുനികവൽക്കരണമായിരുന്നു എട്ടാം പദ്ധതി കാലത്തെ മുഖ്യലക്ഷ്യം. 6.8% വളർച്ചാനിരക്ക് കൈവ

	രിച്ചു. തൊഴിൽ വളർച്ചാനിരക്ക് 2% ലക്ഷ്യം കണ്ടു.
ഒമ്പതാം പദ്ധതി 1997–2002	സാമൂഹിക നീതിയിലും സമത്വത്തിലും അധിഷ്ഠിതമായ വളർച്ചയായിരുന്നു മുഖ മുദ്ര. കൃഷി, ഗ്രാമവികസനം, സ്ഥിരവില നിലവാരം, അടിസ്ഥാനാവശ്യപദ്ധതികൾ, പരിസ്ഥിതി സംതുലനം, സ്ത്രീകളു ടെയും പിന്നാക്ക വിഭാഗങ്ങളുടെയും ശാക്തീകരണം എന്നിവ ലക്ഷ്യങ്ങളായി രുന്നു. 6.5% വളർച്ചാനിരക്കുണ്ടായി.
പത്താം പദ്ധതി 2002–07	8% വാർഷിക വളർച്ച ലക്ഷ്യംവച്ചു. 10% വളർച്ച കൈവരിച്ചു. പട്ടിണിനിരക്ക് കുറയ് ക്കുക, സാക്ഷരതാനിലവാരം ഉയർത്തു ക, മാതൃമരണനിരക്ക് കുറയ്ക്കുക, തൊഴി ലവസരങ്ങൾ വർദ്ധിപ്പിക്കുക എന്നിവ മുഖമുദ്രകളാണ്.
പതിനൊന്നാം പദ്ധതി 2007–1210	ശതമാനം വളർച്ചാനിരക്ക് ലക്ഷ്യംവയ്ക്കു ന്നു. ദാരിദ്ര്യനിർമ്മാർജ്ജനം, തൊഴില വസരങ്ങൾ കണ്ടെത്തൽ, കാർഷികമേഖ ലയിൽ രണ്ടാം ഹരിതവിപ്ലവത്തിനുള്ള ശ്രമങ്ങൾ, ആരോഗ്യവിദ്യാഭ്യാസ മേഖല കളിൽ വമ്പിച്ച ജനപങ്കാളിത്തത്തോ ടെയുള്ള വികസന പരിപാടികൾ, സ്കൂൾ പഠനത്തിലും സാക്ഷരതയിലും സ്ത്രീ കൾക്കുള്ള പിന്നാക്കാവസ്ഥ പരിഹരി ക്കൽ തുടങ്ങിയവയാണ് മുഖ്യലക്ഷ്യ ങ്ങൾ.

അയോധ്യയിൽ ബി ജെ പി നേതൃത്വത്തിലുള്ള ഹിന്ദുമുന്നണി അവ രുടെ ചിരകാലാഭിലാഷമായി താലോലിച്ചും ആലോചിച്ചും കൊണ്ടുന ടന്ന ആശയമായ രാമക്ഷേത്രനിർമ്മാണവും അതോടൊപ്പം ബാബ്റി മസ്ജിദിന്റെ ഉന്മൂലനാശവും നടപ്പിലാക്കാൻ വളക്കുറുള്ള ഒരു മണ്ണ് ഇതി നോടകം ഒരുക്കിക്കഴിഞ്ഞിരുന്നു. 1992 ഡിസംബർ 6 ന് ആയിരക്കണ ക്കിന് കർസേവകർ ചേർന്ന് ബാബ്റി മസ്ജിദ് തകർത്ത് നാമാവശേഷ മാക്കിയപ്പോൾ ഇന്ത്യൻ ഭരണഘടനയുടെ ആമുഖത്തിൽ തന്നെ എഴു തിച്ചേർക്കപ്പെട്ടിരുന്ന മതേതരം എന്ന വാക്ക് ഇത്രയും ഹീനമായി അപഹ സിക്കപ്പെടുന്നത് നോക്കിയിരിക്കാൻ മാത്രമേ റാവുവിന് കഴിഞ്ഞുള്ളൂ. പള്ളി പൊളിച്ചതിനെത്തുടർന്ന് രാജ്യത്തുടനീളം പടർന്ന വർഗ്ഗീയ ലഹ ളകൾക്ക് റാവുവും സർക്കാരും മൂകസാക്ഷികൾ മാത്രമായിരുന്നു.

അഴിമതിയിൽ മുങ്ങിക്കുളിക്കേണ്ടിവന്ന പ്രധാനമന്ത്രിയായിരുന്നു റാവു. 1993 ൽ നടന്ന അവിശ്വാസപ്രമേയത്തിൽ തനിക്ക് അനുകൂലമായി

അധികാരം ജനതയ്ക്ക്

ആസൂത്രണത്തിന്റെ ഫലങ്ങൾ താഴേത്തട്ടിലുള്ള ഗ്രാമങ്ങൾ വരെ ഒരേ രീതിയിൽ ലഭ്യമാക്കേണ്ടതുണ്ട്. അപ്പോൾ കേന്ദ്രീകൃതാസൂത്രണം മതിയാകാതെ വരുന്നു. അവിടെയാണ് ഭരണാധികാരമുള്ള സ്വയംഭരണസ്ഥാപനങ്ങളുടെ പ്രസക്തി. ഇവയിലൂടെ ആസൂത്രണം, വികസന പദ്ധതികൾ എന്നിവയിൽ വികേന്ദ്രീകരണം കൊണ്ടുവരാവുന്നതാണ്. തദ്ദേശ സ്വയം ഭരണ സ്ഥാപനങ്ങളുടെ ആവശ്യകതയെയും പ്രസക്തിയെയും കുറിച്ച് നിസ്സഹകരണ പ്രസ്ഥാനത്തിന്റെ കാലം മുതൽ തന്നെ ഗാന്ധി ഊന്നിപ്പറഞ്ഞിട്ടുണ്ടായിരുന്നു. പക്ഷേ അമ്പതുകളിൽ പഞ്ചായത്തുകൾക്ക് വലിയ തോതിലുള്ള അധികാരം ഒന്നും ഉണ്ടായിരുന്നില്ല. ഗ്രാമങ്ങളുടെ വികാസം ലക്ഷ്യംവെച്ച് ആരംഭിച്ച കമ്മ്യൂണിറ്റി ഡവലപ്മെന്റ് പ്രോഗ്രാമുകൾ വിജയകരമാക്കണമെങ്കിൽ ജനാധിപത്യസ്വഭാവവും അധികാരവുമുള്ള പഞ്ചായത്തുകൾ നിലവിൽ വന്നേ മതിയാകൂ എന്ന് 1956ൽ നിയമിച്ച ബൽവന്ത്റായ് മെഹ്ത കമ്മിറ്റി ശുപാർശ ചെയ്തു. ഇതിന്റെ ഭാഗമായാണ് ത്രിതല പഞ്ചായത്ത്‌രാജ് സംവിധാനം ഇന്ത്യയിൽ നിലവിൽ വന്നത്. ഗ്രാമപഞ്ചായത്ത്, ബ്ലോക്ക് പഞ്ചായത്ത്, ജില്ലാപഞ്ചായത്ത് എന്നിവ ഉൾപ്പെടുന്ന ഒരു സംവിധാനമാണിത്. 1959നും 1962നും ഇടയിലായി രാജ്യത്തെ സംസ്ഥാന ഗവൺമെന്റുകളെല്ലാം പഞ്ചായത്ത്‌രാജ് സംവിധാനം നടപ്പിലാക്കി. പക്ഷേ അപ്പോഴും പഞ്ചായത്തുകളുടെ പ്രകടനം പ്രതീക്ഷിച്ചതുപോലെ ഉയർന്നില്ല. സംസ്ഥാന ഭരണകക്ഷി പരാജയം ഭയന്ന് പഞ്ചായത്തുകളിലേക്ക് തെരഞ്ഞെടുപ്പുകൾ കൃത്യസമയത്ത് നടത്താതിരുന്നു. ഇത്തരം പ്രശ്നങ്ങളെക്കുറിച്ച് പഠിക്കാൻ ഒട്ടേറെ കമ്മിറ്റികൾ നിലവിൽ വന്നു. 1978ൽ അശോക് മെഹ്ത കമ്മിറ്റി, ജി വി കെ റാവുകമ്മിറ്റി(1985), എൽ എം സാംഗ്‌വി കമ്മിറ്റി (1986) എന്നിവ അവയിൽ ചിലത് മാത്രമാണ്. പി കെ തുംഗോണിന്റെ നേതൃത്വത്തിൽ നിലവിൽ വന്ന കമ്മിറ്റി 1988ൽ പഞ്ചായത്ത്‌രാജ് സ്ഥാപനങ്ങളെ ഭരണഘടനാനുസൃതമാക്കണമെന്നും, അവകളിലേക്ക് കാലാകാലങ്ങളിൽ തെരഞ്ഞെടുപ്പ് നടത്താനുള്ള ഭരണപരമായ ഉപാധി ഉണ്ടായിരിക്കണമെന്നും അവയുടെ കാലാവധി അഞ്ച് വർഷമായിരിക്കണമെന്നും നിർദ്ദേശിച്ചു. അതിനെ തുടർന്നാണ് 1993ൽ ഭരണഘടനയുടെ 73ഉം 74ഉം ഭേദഗതികൾ നിലവിൽ വന്നത്. 73-ാം ഭരണഘടനാഭേദഗതി പഞ്ചായത്തുകൾക്ക് സ്വയംഭരണാവകാശം നൽകുന്നതിനുള്ളതായിരുന്നു. അതോടൊപ്പം തന്നെ പഞ്ചായത്തുകൾ കൈകാര്യം ചെയ്യേണ്ട 29 കാര്യങ്ങൾ ഉൾക്കൊള്ളുന്ന പന്ത്രണ്ടാം ഷെഡ്യൂളും ഭരണഘടനയ്ക്ക് ഉണ്ടായി.

വോട്ട് ചെയ്യുന്നതിനുവേണ്ടി ഝാർഖണ്ഡ് മുക്തിമോർച്ചയുടെയും (JMM) ജനതാദളിലെ ഒരു വിഭാഗത്തിന്റേയും എം പിമാർക്ക് ലക്ഷക്കണക്കിന് രൂപ കൈക്കൂലി നൽകിയ ജെ എം എം കോഴക്കേസ് റാവുവിന്റെ അഴിമതികഥകളിൽ പ്രധാനപ്പെട്ടതാണ്. വി പി സിങ്ങിനെ കരിതേക്കാനായി കെട്ടിച്ചമച്ച സെന്റ് കിറ്റ്സ് വിവാദമായിരുന്നു റാവുവിനെ പിടികൂടിയ മറ്റൊരു അഴിമതിഭൂതം. ലള്ളുഭായ് പാഥക്ക് കേസ് മറ്റൊരു പ്രധാന അഴി

മതികഥയാണ്. ഹർഷദ്മേത്ത ഒരു കോടി രൂപ റാവുവിന് കൈക്കൂലി നൽകിയിരുന്ന കേസ് വേറെയുമുണ്ട്. അങ്ങനെ ആകെ അഴിമതിയിൽ മുങ്ങിക്കുളിച്ചാണ് റാവു '7 റേസ് കോഴ്സ് റോഡി'ന്റെ പടിയിറങ്ങിയത്. അദ്ദേഹത്തിനും കൂട്ടാളിയായ ചന്ദ്രസ്വാമിക്കും മറ്റും കുറേക്കാലം ജയിലിൽ കഴിയേണ്ടതായും വന്നു.

വാജ്പേയി ഒന്നാംഘട്ടം: 1996 ലെ പൊതുതെരഞ്ഞെടുപ്പിൽ ഏറ്റവും വലിയ ഒറ്റക്കക്ഷിയായി ബി ജെ പി മാറിയതുകൊണ്ടുമാത്രമാണ് അടൽ ബിഹാരി വാജ്പേയി ഇന്ത്യയുടെ പ്രധാനമന്ത്രിയായിത്തീരുന്നത്. മെയ് 16 മുതൽ ജൂൺ 1 വരെ മാത്രം നീണ്ടു നിന്ന ഒരു മന്ത്രിസഭയായിരുന്നു ഇത്.

ദേവഗൗഡയും ഐ കെ ഗുജ്റാളും: ഐക്യമുന്നണി ഗവൺ മെന്റിന്റെ പ്രധാനമന്ത്രിയായി ദേവഗൗഡയും പിന്നീട് ഐ കെ ഗുജ്റാളും കോൺഗ്രസിന്റെ പുറമെ നിന്നുള്ള പിന്തുണയോടെ ഇന്ത്യ ഭരിച്ചു. രാജീ വ്ഗാന്ധി വധത്തിലെ വിവാദം അന്വേഷിക്കുന്ന ജയിൻ കമ്മീഷന്റെ റിപ്പോർട്ട് പുറത്തുവന്നപ്പോൾ തമിഴ്നാട്ടിലെ പ്രമുഖകക്ഷിയും ഐക്യ മുന്നണിയിലെ ഒരു ഘടകകക്ഷിയുമായ ഡി എംകെ എൽ ടി ടി ഇയെ ചെറിയ രീതിയിൽ പിന്തുണയ്ക്കുന്നുണ്ടെന്ന സംശയം പ്രകടമായിരു ന്നു. ഇത് കോൺഗ്രസ്സിനെ ചൊടിപ്പിച്ചതിനാൽ അവർ ഐക്യമുന്നണി സർക്കാരിന് നൽകിക്കൊണ്ടിരുന്ന പിന്തുണ പിൻവലിച്ചു.

മിനുക്കിയിട്ടും തിളങ്ങാതെ : വാജ്പേയിയുടെ രണ്ടാംഘട്ടം സംഭ വബഹുലമായിരുന്നു. അധികാരത്തിൽ കയറി ദിവസങ്ങൾക്കുള്ളിൽ തന്നെ പൊഖ്റാനിൽ ഇന്ത്യയുടെ രണ്ടാമത്തെ അണുപരീക്ഷണം നട ന്നു. അഞ്ച് ഭൗമാന്തർ പരീക്ഷണങ്ങളാണ് പൊഖ്റാനിലെ മരുഭൂമിയിൽ നടന്നത്. ആണവശക്തികളായി മാറുന്നതിൽ ഒരു പ്രത്യേക അഭിമാനവും അഹങ്കാരവും അവർക്കുണ്ടായിരുന്നു; ആയുധങ്ങളുടെ ശക്തി കാണിച്ച് ഭയപ്പെടുത്തിയാൽ നമ്മൾ സർവ്വശക്തരായി എന്ന അഹങ്കാരം.

കാർഗിൽ നുഴഞ്ഞുകയറ്റമായിരുന്നു വാജ്പേയിയുടെ കാലത്തെ അന്താരാഷ്ട്ര ശ്രദ്ധ നേടിയ മറ്റൊരു പ്രശ്നം. ഒട്ടേറെ പാക് പട്ടാളക്കാരും തീവ്രവാദികളും കാശ്മീരിലെ കാർഗിൽ മേഖലയിലേക്ക് നുഴഞ്ഞുകയ

ജനകീയാസൂത്രണം

ഇന്ത്യയിലെ അധികാരവികേന്ദ്രീകരണത്തിന്റെ ഉത്തമമാതൃകയാണ് കേര ളത്തിൽ നടപ്പിലാക്കിയ ജനകീയാസൂത്രണ പദ്ധതി. അധികാരം താഴേ ത്തട്ടിലേക്ക് എത്തുക എന്ന ലക്ഷ്യവുമായി ഓരോ പ്രദേശത്തെയും പദ്ധതി രൂപീകരണം മുതൽ നിർവഹണം വരെ പൂർണമായും ജനപങ്കാളിത്ത ത്തോടെ നടപ്പിലാക്കാൻ ജനകീയാസൂത്രണത്തിലൂടെ സാധിച്ചു. വാർഷിക പദ്ധതിവിഹിതത്തിന്റെ 30–40% തദ്ദേശസ്വയംഭരണ സ്ഥാപനങ്ങൾക്ക് നൽകി ക്കൊണ്ടാണ് പദ്ധതി നടപ്പിലാക്കിയത്.

റുകയുണ്ടായി. ഇതിനെതിരെ 1999 ൽ ഇന്ത്യ ഓപ്പറേഷൻ വിജയ് എന്ന പേരിൽ സൈനിക നടപടികൾ സ്വീകരിച്ചു.

1999ലെ തന്നെ മറ്റൊരു പ്രശ്നമായിരുന്നു ഇന്ത്യൻ എയർലൈൻസ് വിമാനം (ഐ സി 814) പാകിസ്ഥാൻ തീവ്രവാദികൾ റാഞ്ചിയതും അത് അഫ്ഗാനിസ്ഥാനിലെ കണ്ഡഹാറിൽ കൊണ്ടിറക്കിയതും. ഇന്ത്യയിൽ ജയിലിലായിരുന്ന മൗലാന മസൂദ് അസർ അടക്കമുള്ള തീവ്രവാദികളെ വിട്ടുകിട്ടുക എന്നതായിരുന്നു റാഞ്ചികളുടെ ആവശ്യം. സാഹചര്യത്തിനൊത്ത് പ്രവർത്തിക്കാൻ തീരെ കഴിവില്ലാത്ത ഒരു സർക്കാരാണ് ഇന്ത്യയിൽ നിലവിലുള്ളതെന്ന് എല്ലാവർക്കും വ്യക്തമായി മനസ്സിലായ ഒരു സംഭവ മായിരുന്നു ഇത്. യാത്രക്കാരെ രക്ഷിക്കാൻ തീവ്രവാദികളെ മോചിപ്പി ക്കുക എന്ന ഒറ്റ മാർഗ്ഗം മാത്രമേ സർക്കാരിന് മുന്നിൽ തെളിഞ്ഞു വന്നു ള്ളു. മാത്രമല്ല വിദേശകാര്യമന്ത്രി ജസ്വന്ത് സിങ് മോചിതരായ തീവ്രവാ ദികളുടെ കൂടെ അഫ്ഗാനിസ്ഥാനിൽ ചെന്നു. അവിടെ വെച്ചാണ് തീവ്ര വാദികളെ നൽകി യാത്രക്കാരെ മോചിപ്പിച്ചത്.

തുറന്ന വിപണിനയം കൂടുതൽ ശക്തമായി നടപ്പിലാക്കിയ സർക്കാ റായിരുന്നു വാജ്പേയിയുടേത്. പാവപ്പെട്ടവരുടെയും സാധാരണക്കാരു ടെയും പേർ പറഞ്ഞ് വോട്ട് പിടിച്ച് അധികാരത്തിൽ കയറിയ ശേഷം അത്തരക്കാരെ തിരിഞ്ഞുനോക്കിയില്ലെന്നു മാത്രമല്ല തീർത്തും വൻകിട കച്ചവടക്കാർക്ക് അനുകൂലമായ നിലപാടാണ് ഈ സർക്കാർ സ്വീകരിച്ചത്.

തെഹൽക പുറത്തുവിട്ട കൈക്കൂലി നൽകലിന്റെ ദൃശ്യങ്ങൾ എൻ

പുത്തൻ സാമ്പത്തിക നയം

ഇന്ത്യ തുടർന്നുവരുന്ന സ്വാശ്രയ സമ്പദ്‌വ്യ വസ്ഥ മാറിക്കഴിഞ്ഞിരിക്കുന്ന പുതിയ ലോക ത്തിനിണങ്ങുന്നതല്ലെന്നും ഇത്തരം ഒരു സമ്പദ്‌വ്യവസ്ഥയ്ക്ക് വിദേശനിക്ഷേപം ആകർഷിക്കാൻ കഴിയില്ലെന്നും അതു കൊണ്ടുതന്നെ പുതിയ സാഹചര്യത്തിൽ സാമ്പത്തിക വികസനം അസാധ്യമായി മാറും എന്നുമായിരുന്നു ഒരു വിഭാഗത്തിന്റെ വിലയിരുത്തൽ. 1991 ൽ നിലവിൽ വന്ന നര സിംഹറാവുസർക്കാർ ധനകാര്യമന്ത്രിയായിരുന്ന ഡോ. മൻമോഹൻ സിംഗിന്റെ നേതൃത്വത്തിൽ സാമ്പത്തികവ്യവസ്ഥയ്ക്ക് പുതിയ രൂപം നൽകാനുള്ള പരിപാടികൾക്ക് തുടക്കം കുറിച്ചു. അതിന്റെ ഭാഗമായി ഇന്ത്യ യിൽ 1991ൽ പുത്തൻ സാമ്പത്തികനയം അവതരിപ്പിക്കപ്പെട്ടു. പൊതുമേ ഖലയ്ക്ക് നൽകിവന്നിരുന്ന പ്രാധാന്യം കുറയുകയും സ്വകാര്യമേഖലയ്ക്ക് കൂടുതൽ സാധ്യതകൾ തുറന്നു നൽകുകയും ചെയ്തിരുന്ന ഒരു നയമാ യിരുന്നു ഇത്. അങ്ങനെ ഇന്ത്യയും ആഗോളവൽക്കരണ-സ്വകാര്യവത്ക രണ-ഉദാരവത്കരണ പാതയിലേക്ക് സാമ്പത്തികരംഗത്തെ കൈപിടിച്ചി റക്കി.

വ്യാപാരത്തിനും വ്യവസായത്തിനും അതുപോലുള്ള മറ്റുകാര്യങ്ങൾക്കും നിലവിലുണ്ടായിരുന്ന നിയന്ത്രണത്തിൽ വ്യാപകമായ അയവ് വരുത്തുക എന്നതായിരുന്നു പുത്തൻ സാമ്പത്തിക നയത്തിന്റെ ഭാഗമായി ആദ്യം ചെയ്തത്. ഇറക്കുമതിയുടെ മേൽ ഉണ്ടായിരുന്ന നിയന്ത്രണം എടുത്തുകള ഞ്ഞതും പൊതുമേഖലയിൽ ലാഭകരമായി പ്രവർത്തിക്കുന്ന സ്ഥാപനങ്ങ ളെപ്പോലും സ്വകാര്യവൽക്കരിക്കാനുള്ള നീക്കങ്ങൾ ആരംഭിച്ചതും ഇതോ ടൊപ്പമാണ്. വ്യവസായങ്ങൾക്കുണ്ടായിരുന്ന ലൈസൻസ് നയം പാടേ അവ സാനിപ്പിച്ചു. ഇതിലെല്ലാമുപരി, ബഹുരാഷ്ട്രകുത്തകകൾക്കുണ്ടായിരുന്ന എല്ലാവിധ നിയന്ത്രണങ്ങളും നീക്കം ചെയ്യുകയും ഇന്ത്യയുടെ വാതിലു കൾ വിദേശ മൂലധനശക്തികൾക്കായി മലർക്കെ തുറന്നിടുകയും ചെയ്തു.

ഒട്ടുമിക്ക മുഖ്യധാരാ മാധ്യമങ്ങളും വലതുപക്ഷ ബുദ്ധിജീവികളും സാമ്പ ത്തിക വിദഗ്ധരും വാഴ്ത്തിപ്പാടിയ ഒരു നയമായിരുന്നു ഇത്. എല്ലാത്തരം വലതുപക്ഷ–തീവ്രവലതുപക്ഷ സംഘടനകളും പുത്തൻ സാമ്പത്തിക നയ ത്തിന് കടന്നുവരാൻ പരവതാനി വിരിച്ചു. എന്നാൽ അന്നും ഇന്നും ഈ സാമ്പത്തിക നയത്തിന്റെ പ്രശ്നങ്ങൾ സസൂക്ഷ്മം പഠിക്കുകയും പ്രത്യാ ഘാതങ്ങളെക്കുറിച്ച് കൃത്യമായ മുന്നറിയിപ്പുകൾ നൽകുകയും അത് പൊതുജനങ്ങൾക്കിടയിൽ പ്രചരിപ്പിക്കുകയും ചെയ്തത് ഇടതുപക്ഷ പാർട്ടികളും ബുദ്ധിജീവികളും മാത്രമായിരുന്നു.

എല്ലാം വിഭാഗം ജനങ്ങൾക്കും അത്യാവശ്യമായിട്ടുള്ള സേവനമേഖലയിൽ നിന്ന് സർക്കാർ പിന്മാറുകയും അവിടെ സ്വകാര്യമേഖല കടന്നുവരികയും ചെയ്യുമ്പോൾ അങ്ങനെയുള്ള നയം കൃഷി, ആരോഗ്യം, വ്യവസായം, വിദ്യാ ഭ്യാസം തുടങ്ങിയ അടിസ്ഥാനമേഖലകളെ സാരമായി ബാധിക്കുന്നു. ചികി ത്സയ്ക്കും വിദ്യാഭ്യാസത്തിനും മറ്റും വരുന്ന ചെലവ് 1991ലേതും ഇപ്പോഴ ത്തേതും ഒന്ന് താരതമ്യം ചെയ്താൽ മാത്രം മതി, പുത്തൻ സാമ്പത്തിക നയം എന്തുമാത്രം പ്രശ്നങ്ങളുണ്ടാക്കി എന്ന് നമുക്ക് മനസ്സിലാക്കാൻ. വ്യവസായരംഗത്ത് വൻതുക മുതൽമുടക്കി നിരവധി വിദേശഭീമൻ കമ്പ നികൾ കടന്നുവരുന്നത്, ഇന്ത്യയിൽതന്നെയുള്ള ചെറുകിട വ്യവസായ ങ്ങൾക്കും അതുവഴി ഉപജീവനം കഴിയുന്ന ഒരു വലിയ ജനവിഭാഗത്തിനും കനത്ത ആഘാതമാകുന്നു. ഇത്തരം വൻവിദേശക്കമ്പനികളുമായുള്ള മത്സ രത്തിൽ ഇവിടെയുള്ള ചെറുകിട കമ്പനികളെല്ലാം പരാജയപ്പെടുകയും പാർശ്വവൽക്കരിക്കപ്പെട്ട ഒരു ജനതകൂടി അങ്ങനെ സൃഷ്ടിക്കപ്പെടുകയും ചെയ്യുന്നു.

പുത്തൻ സാമ്പത്തികനയം കാർഷികരംഗത്ത് വരുത്തിയിട്ടുള്ള 'വൻകിട'മുന്നേറ്റങ്ങളെ പലപ്പോഴും നാം മഹാരാഷ്ട്രയിലെയും ആന്ധ്രാ പ്രദേശിലേയും മറ്റും കർഷക ആത്മഹത്യകളുമായി കൂട്ടി വായിക്കേണ്ട തുണ്ട്. ചെറുകിട കർഷകരുടെ ജീവിതം ദുരിതമയമാക്കുന്ന നയങ്ങളാണ് ഇതിൽ അനുവർത്തിച്ചിരിക്കുന്നത്. കൃഷിക്കുള്ള സബ്സിഡി എടുത്തുക ളഞ്ഞത് കർഷകരെ വലിയ കടക്കെണികളിൽപ്പെടുത്തുന്നതിന് ഇടയാക്കി. അതേ സമയം കർഷകർക്ക് കടം നൽകാനും ബഹുരാഷ്ട്ര ഭീമന്മാർ തയ്യാ റാകുന്നു. പക്ഷേ, ഈ കടം കർഷകർക്ക് ഒരിക്കലും വീട്ടിത്തീർക്കാനാവില്ല

എന്നതാണ് യാഥാർത്ഥ്യം. അന്തകവിത്തുകൾ പോലുള്ളവ ഇന്ത്യൻ മണ്ണിൽ അവതരിപ്പിക്കുന്നതിനും നമ്മുടെ പരമ്പരാഗതമായ വിത്ത് ശേഖരണ സമ്പ്രദായങ്ങളെ മുഴുവൻ അവതാളത്തിലാക്കുന്നതിനുള്ള നീക്കങ്ങൾക്കും പുത്തൻ സാമ്പത്തിക നയം കളമൊരുക്കി.

ആരോഗ്യമേഖലയിൽ നിന്ന് സർക്കാർ പിൻവാങ്ങുന്നത് സാധാരണക്കാർക്ക് ചികിത്സാ ഉപാധികൾ തീർത്തും നിഷേധിക്കപ്പെടുന്നതിലെത്തിക്കുന്നു. വൻകിട ബഹുരാഷ്ട്ര മരുന്നു കമ്പനികൾ ഫാർമസികൾ കയ്യടക്കുമ്പോൾ മരുന്നുകൾ സമ്പന്നമേൽത്തട്ടുകാർക്കും, ഒരു വിഭാഗം മധ്യവർഗ ജനവിഭാഗങ്ങൾക്കും മാത്രം പ്രാപ്യമായ ഒന്നായിത്തീരും. ചികിത്സാച്ചെലവുകളിൽ അതിഭീമമായ വർധനവാണ് കഴിഞ്ഞ പതിനഞ്ചു വർഷങ്ങൾക്കുള്ളിൽ ഉണ്ടായിരിക്കുന്നത്.

വിദ്യാഭ്യാസമേഖലയുടെ അപചയം നമുക്ക് നേരിട്ടു നോക്കിക്കാണാവുന്നതാണ്. സ്വകാര്യവ്യക്തികളുടെയും സ്ഥാപനങ്ങളുടെയും കയ്യിലേക്ക് വിദ്യാഭ്യാസ സ്ഥാപനങ്ങൾ എത്തിച്ചേരുകയും, വിദ്യാഭ്യാസസ്ഥാപനങ്ങൾക്കുള്ള നിയന്ത്രണങ്ങളിൽ സർക്കാർ അയവ് വരുത്തുകയും ചെയ്യുമ്പോൾ ഇന്ത്യയിലെ ഒരു വലിയ ജനവിഭാഗത്തിന് നല്ല രീതിയിലുള്ള വിദ്യാഭ്യാസം തീർത്തും അപ്രാപ്യമാകുന്നു.

തീവ്രഗതിയിലുള്ള വികസനം സാധ്യമാക്കാൻ പുത്തൻ സാമ്പത്തിക നയങ്ങൾക്ക് കഴിഞ്ഞിട്ടുണ്ട്. സാങ്കേതിക രംഗങ്ങളിൽ ഒട്ടേറെ മുന്നേറ്റങ്ങളുണ്ടാകുന്നതിനും ടെലികമ്യൂണിക്കേഷൻ ഉൾപ്പെടെയുള്ള രംഗങ്ങളിൽ വൻതോതിലുള്ള മാറ്റങ്ങൾക്കും ഈ നയങ്ങൾ ഇടയാക്കിയിട്ടുണ്ട്. പക്ഷേ എന്തൊക്കെയായാലും ഇത് ഒരു ചോദ്യം അവശേഷിപ്പിക്കുന്നു: ആത്യന്തികമായി ആരാണ് വികസിക്കുന്നത് എന്ന ചോദ്യം.

ഡി എയെ ആകെ പിടിച്ചുലച്ചു. കാർഗിൽ യുദ്ധത്തിൽ ശവപ്പെട്ടി വാങ്ങുന്നതിൽ അഴിമതി നടന്നത് തെളിഞ്ഞതിനെത്തുടർന്ന് പ്രതിരോധമന്ത്രി ജോർജ്ജ് ഫെർണാണ്ടസിന് മന്ത്രിസ്ഥാനം രാജിവെക്കേണ്ടി വന്നു.

ഗോധ്ര സംഭവത്തെത്തുടർന്ന് ഗുജറാത്തിൽ നരേന്ദ്രമോഡി തലവനായുള്ള സംസ്ഥാനഗവൺമെന്റിന്റെ നേതൃത്വത്തിൽ നടന്ന മനുഷ്യക്കുരുതിക്ക് സമ്മതം നൽകുന്ന രീതിയിലായിരുന്നു വാജ്പേയി ഗവൺമെന്റ് പ്രവർത്തിച്ചത്. തീവ്രഹിന്ദുത്വ അജണ്ട അതുപോലെ നടപ്പാക്കുക എന്നത് എൻ ഡി എ സർക്കാരിന്റെ ഒരു അപ്രഖ്യാപിത ലക്ഷ്യം തന്നെയായിരുന്നു. അധികാരവടംവലികളും സർക്കാരിൽ സജീവമായിരുന്നു. എൽ കെ അദ്വാനിയെ ഒരു ഘട്ടത്തിൽ ഇന്ത്യയുടെ ഉപപ്രധാനമന്ത്രിയാക്കേണ്ടതായും വന്നു.

2001 ഡിസംബർ 13 ന് നടന്ന പാർലമെന്റ് ആക്രമണം വാജ്പേയി ഭരണകാലത്തെ ഒരു പ്രധാനസംഭവമായിരുന്നു. ഇത് മറ്റൊരു ഇന്ത്യാ-പാക് യുദ്ധത്തിന് കോപ്പുകൂട്ടുന്നതിലേക്ക് രണ്ട് രാജ്യങ്ങളെയും എത്തിച്ചിരുന്നു. തീവ്രവാദത്തിനെതിരെ പോട്ട (Prevention of Terrorism Act)

പോലുള്ള നിയമങ്ങൾ ശക്തമാക്കുക തുടങ്ങിയ നയങ്ങളാണ് എൻ ഡി എ സർക്കാർ നടപ്പിലാക്കിയത്. മനുഷ്യാവകാശങ്ങളെ തീർത്തും നിഷേധിക്കുന്ന പോട്ട പോലുള്ള നിയമങ്ങൾ കടുത്ത പ്രതിഷേധങ്ങൾക്കിടയിലും നടപ്പിലാക്കി.

വാജ്പേയി നേതൃത്വത്തിലുള്ള എൻ ഡി എ സർക്കാർ ടെലികോം പോലുള്ള പൊതുമേഖലാസ്ഥാപനങ്ങളുടെ ഓഹരി വിറ്റുകൊണ്ടും സ്വകാര്യവൽക്കരണ നയങ്ങൾക്ക് ശക്തമായ പിന്തുണ നൽകിയും ആഗോളവൽക്കരണ അജണ്ടയ്ക്ക് ആക്കം കൂട്ടി. ഇതിനുപുറമെ തീവ്ര ഹിന്ദുത്വത്തിലൂന്നിയ വർഗ്ഗീയ അജണ്ട നടപ്പിലാക്കുന്നതിന് മുൻഗണന നൽകുകയും ചെയ്തു.

മൻമോഹൻസിങ് : 2004ലെ പൊതുതെരഞ്ഞെടുപ്പിനു ശേഷം കോൺഗ്രസ് അടക്കം ഒട്ടുമിക്ക കക്ഷികളുടേയും പ്രധാനലക്ഷ്യം ബി ജെ പി നയിക്കുന്ന മുന്നണിയെ അധികാരത്തിലെത്തുന്നതിൽ നിന്ന് തടയുക എന്നതായിരുന്നു. അതുകൊണ്ടുതന്നെയായിരുന്നു കോൺഗ്രസിനെ അധികാരത്തിലേറ്റാൻ പുറമെ നിന്നുള്ള പിന്തുണ നൽകാൻ സി പി ഐ (എം) ഉൾപ്പെടെയുള്ള ഇടതുകക്ഷികൾ തീരുമാനിച്ചത്. സോണിയാഗാന്ധിയെ പ്രധാനമന്ത്രിയാക്കുക എന്നതായിരുന്നു ആദ്യത്തെ ഉദ്ദേ

ഗതാഗതം

റോഡ്, റെയിൽ, വ്യോമം, ജലം എന്നിങ്ങനെ വൃത്യസ്തതരം ഗതാഗത മാർഗ്ഗങ്ങളാണ് ഇന്ത്യയിലുള്ളത്. ഒരുപക്ഷേ, ദിനംപ്രതി എന്നുതന്നെ പറയാം, ഏറെ വിസ്തൃതമായിക്കൊണ്ടിരിക്കുന്ന മേഖലയിലാണിത്. രാജ്യത്തെ മൊത്തം ഗതാഗതത്തിന്റെ 95 ശതമാനവും കൈയടക്കിക്കൊണ്ട് റെയിൽ –റോഡ് സംവിധാനം മുന്നിട്ടുനിൽക്കുന്നു.

റോഡ്

ലോകത്തെ റോഡ് ശൃംഖലകളിൽ വലുതുകളുടെ ഗണത്തിൽപ്പെടുത്താ വുന്നവയാണ് ഇന്ത്യയിലെ റോഡ് ഗതാഗത സംവിധാനം. ഏതാണ്ട് 33 ലക്ഷം കി മീ യാണ്. ഇന്ന് അതിന്റെ നീളം. ദേശീയപാതകൾ, സംസ്ഥാന പാതകൾ, മറ്റു നഗരപാതകൾ, ഗ്രാമീണ പാതകൾ എന്നിങ്ങനെ ഇന്ത്യ യിലെ റോഡുകളെ തിരിക്കാം.

ദേശീയപാതകൾ

കേന്ദ്ര സർക്കാരിനാണ് ദേശീയ പാതകളുടെ ചുമതല. ദേശീയപാത അഥോറിറ്റി (National Highway Authority of India), സംസ്ഥാന പൊതു മരാമത്ത് വകുപ്പ് (PWD), ബോർഡർ റോഡ് ഓർഗനൈസേഷൻ (BRO) എന്നിവ വഴിയാണ് കേന്ദ്രസർക്കാർ ഇതു നിർവഹിക്കുന്നത്. ഇന്ന് ഏതാണ്ട് 65,600 കി മീ യാണ് ദേശീയപാതകളുടെ ആകെ നീളം. ആകെ 221 ദേശീ യപാതകളുണ്ട്.

റെയിൽവേ

1853 ഏപ്രിൽ 16നാണ് ഇന്ത്യൻ റെയിൽവേയുടെ ചരിത്രം ആരംഭിക്കു ന്നത്. ബോംബെയിൽ നിന്ന് താന്യെയിലേക്ക് ഇന്ത്യയിലെ ആദ്യ തീവണ്ടി ഓടിയത് അന്നായിരുന്നു. ഇന്ന് ലോകത്തെ വലുതും തിരക്കേറിയതു മായ റെയിൽവേ ശൃംഖലകളിലൊന്നാണ് ഇന്ത്യൻ റെയിൽവേ. ഏതാണ്ട് 500 കോടിയോളം യാത്രക്കാരെയും 350 ദശലക്ഷം ടൺചരക്കുകളും ഒരു വർഷം അത് വഹിക്കുന്നു.

ഇന്ത്യൻ റെയിൽവേ – ചില വിശേഷങ്ങൾ

- വലിപ്പത്തിൽ ഏഷ്യയിൽ ഒന്നാമതും ലോകത്ത് രണ്ടാമതുമാണ് ഇന്ത്യൻ റെയിൽവെ.

- ഭോലു എന്ന ആനക്കുട്ടിയാണ് ഇന്ത്യൻ റെയിൽവേയുടെ ഭാഗ്യമുദ്ര.

- ലോകത്തെ ഏറ്റവും വലിയ തൊഴിൽ ദാതാക്കളിൽ പ്രമുഖസ്ഥാനം ഇന്ത്യൻ റെയിൽവേക്കുണ്ട്.

- ഇന്ത്യയിൽ 6800ലധികം റെയിൽവേ സ്റ്റേഷനുകളുണ്ട്.

- സിക്കിം, അരുണാചൽ പ്രദേശ്, മേഘാലയ, മണിപ്പൂർ എന്നീ സംസ്ഥാ നങ്ങളിൽ റെയിൽവേയില്ല.

- പശ്ചിമബംഗാളിലെ ഖരക്പൂർ റെയിൽവേസ്റ്റേഷനിലാണ് ലോകത്തെ ഏറ്റവും നീളം കൂടിയ പ്ലാറ്റ്ഫോമുള്ളത് –നീളം 1072.5 മീ.

- രാജമുന്ദ്രിക്കു സമീപമുള്ള ഗോദാവരി പാലമാണ് ഇന്ത്യയിലെ നീളം കൂടിയ റെയിൽവേ പാലം – നീളം 5 കി മീ.

- കൊങ്കൺ റെയിൽവേയിലെ കാർബുഡേ തുരങ്കമാണ് നീളം കൂടിയ റെയിൽവേ തുരങ്കം–നീളം 6.5 കി.മി.

- ഇന്ത്യൻ റെയിൽവേയുടെ ഫെയറി ക്വീൻ ആണ് ഇപ്പോഴും സർവ്വീസ് നടത്തുന്ന ലോകത്തെ ഏറ്റവും പഴക്കം ചെന്ന ആവിഎഞ്ചിൻ.

- ഏറ്റവും കൂടുതൽ ദൂരവും സമയവും സഞ്ചരിക്കുന്ന ഇന്ത്യൻ തീവ ണ്ടിയാണ് ഹിമസാഗർ എക്സ്പ്രസ് (ജമ്മുതാവി–കന്യാകുമാരി 3751 കി മീ, 74 മണിക്കൂർ 45 മിനിറ്റ്).

- ഡാർജിലിങ് ഹിമാലയൻ റെയിൽവേ, മേട്ടുപ്പാളയം –കുനൂർ റൂട്ടി ലുള്ള നീലഗിരി റെയിൽവെ എന്നിവ യു. എന്നിന്റെ ലോകപൈ തൃക പട്ടികയിൽ ഉൾപ്പെട്ടിട്ടുണ്ട്.

പണിപ്പുരകൾ

ഇന്ത്യൻ റെയിൽവേക്ക് ആറ് തീവണ്ടി നിർമാണകേന്ദ്രങ്ങളാണുള്ളത്
1. ചിത്തരഞ്ജൻ ലോക്കോമോട്ടീവ് വർക്സ് (പശ്ചിമ ബംഗാൾ)
2. ഇന്റഗ്രൽ കോച്ച് ഫാക്ടറി (പെരാമ്പൂർ, തമിഴ്നാട്)
3. റെയിൽകോച്ച് ഫാക്ടറി (കപൂർത്തല, പഞ്ചാബ്)
4. ഡീസൽ കംപോണന്റ് വർക്സ് (പാട്യാല, പഞ്ചാബ്)
5. ഡീസൽ ലോക്കോമോട്ടീവ് വർക്സ് (വാരണാസി, ഉത്തർപ്രദേശ്)
6. വീൽ ആന്റ് ആക്സിൽ പ്ലാന്റ് (യേലഹങ്ക, കർണാടക)

റെയിൽവേ മ്യൂസിയങ്ങൾ

തുടക്കം മുതൽ ഇതുവരെ റെയിൽവേയിൽ ഉപയോഗിച്ചിരുന്ന എഞ്ചി നുകൾ, ബോഗികൾ, ഡീസൽ സമ്പ്രദായം എന്നിവയെല്ലാം പ്രദർശിപ്പി ച്ചിരിക്കുന്നവയാണ് റെയിൽവേ മ്യൂസിയങ്ങൾ. ന്യൂഡൽഹിയിലെ ചാ ണക്യപുരിയിലുള്ള മ്യൂസിയം, മൈസൂരിലെ റെയിൽവേ മ്യൂസിയം, ചെ ന്നെയിലെ റീജിയണൽ റെയിൽവേ മ്യൂസിയം എന്നിവ പ്രസിദ്ധമാണ്.

ചില പ്രധാന തീവണ്ടികൾ

ഇന്ത്യയിൽ സർവ്വീസ് നടത്തുന്ന ചില പ്രധാന തീവണ്ടികൾ

പാലസ് ഓൺ വീൽസ്	– ടൂറിസ്റ്റ് ട്രെയിനായി ഉപയോഗി ക്കുന്ന ആഡംബരവണ്ടി
റോയൽ ഓറിയന്റ്	– ടൂറിസ്റ്റ് ട്രെയിനായി ഉപയോഗി ക്കുന്ന ആഡംബരവണ്ടി
ദി ഇംപീരിയൽ ഇന്ത്യൻ മെയിൽ	– ടൂറിസ്റ്റ് ട്രെയിനായി ഉപയോഗി ക്കുന്ന ആഡംബരവണ്ടി
ഫ്ളയിങ് റാണി	– ഏറെ പഴക്കമുള്ള അതിവേഗ തീവണ്ടി
ഡക്കാൻ ക്വീൻ	– മുംബൈ–പുനെ റൂട്ടിൽ ഗതാ ഗതം നടത്തുന്നു
ഗ്രാന്റ് ട്രങ്ക് എക്സ്പ്രസ്	– ജി ടി എന്ന ചുരുക്കപ്പേരിൽ അറി യപ്പെടുന്നു.
ശതാബ്ദി എക്സ്പ്രസ്	– ഇന്ത്യയിലെ ഏറ്റവും വേഗമേറിയ ട്രെയിൻ
രാജധാനി എക്സ്പ്രസ്	– പ്രമുഖ നഗരങ്ങളെ ന്യൂഡൽഹി യുമായി ബന്ധിപ്പിക്കുന്ന അതി വേഗ തീവണ്ടികൾ
നീലഗിരി റെയിൽവേ	– ഇന്ത്യയിലെ ഏക റാക് റെയിൽ
ലൈഫ്ലൈൻ എക്സ്പ്രസ്	– സഞ്ചരിക്കുന്ന ആശുപത്രി
ഹിമസാഗർ എക്സ്പ്രസ്	– കൂടുതൽ ദൂരവും സമയവും സഞ്ചരിക്കുന്ന ഇന്ത്യൻ തീവണ്ടി

വ്യോമഗതാഗതം

1932 ഒക്ടോബർ 15-ഇന്ത്യയിൽ വിമാന സർവ്വീസ് യാഥാർത്ഥ്യമായ ദിവ സമാണിത്. കറാച്ചിയിൽ നിന്ന് ബോംബെയിലേക്കായിരുന്നു ആദ്യവി മാനത്തിന്റെ പറക്കൽ. ആ ചെറുവിമാനം പറത്തിയത് പ്രമുഖ വ്യവസാ യിയായ ജെ ആർ ഡി ടാറ്റയായിരുന്നു.

എയർ ഇന്ത്യയാണ് ഇന്ന് ഇന്ത്യയിലെ പ്രമുഖ വിമാനക്കമ്പനി. ഇന്ത്യയിലെ പ്രമുഖ വിമാനസർവീസുകളായ ഇന്ത്യൻ (ആദ്യകാലത്ത് ഇന്ത്യൻ എയർലൈൻസ്), എയർ ഇന്ത്യ എന്നിവ ലയിച്ചാണ് ഇപ്പോൾ

എയർ ഇന്ത്യ എന്നറിയപ്പെടുന്നത്. ഇവ രണ്ടും സർക്കാർ ഉടമസ്ഥതയു
ള്ളവയായിരുന്നു. എയർ ഡക്കാൻ, സഹാറ എയർലൈൻസ്, ജെറ്റ്
എയർവേസ് തുടങ്ങിയവയാണ് ഇന്ത്യയിൽ സർവ്വീസ് നടത്തുന്ന പ്രമുഖ
സ്വകാര്യ വിമാനക്കമ്പനികൾ.

ജലഗതാഗതം

നദികൾ, കനാലുകൾ, കായലുകൾ എന്നിങ്ങനെയായി ഇന്ത്യയിൽ ഏതാണ്ട്
14,500 കി മീ ജലപാതയുണ്ട് എന്നാണ് ഔദ്യോഗിക കണക്ക്. ഏകദേശം
44 ദശലക്ഷം ടൺ ചരക്കുകൾ ഇതുവഴി കടത്തുന്നു. ഇന്ധനലാഭം, ചെല
വുകുറവ്, പരിസ്ഥിതി സൗഹാർദ്ദപരം എന്നിവ ഉൾനാടൻ ജലപാതക
ളുടെ മേന്മയാണ്.

ഇന്ത്യയുടെ അന്താരാഷ്ട്ര വാണിജ്യത്തിന്റെ 95%വും കപ്പൽഗതാഗതം
വഴിയാണ് സാധ്യമാകുന്നത്. ഇന്ത്യയിൽ 12 പ്രധാന തുറമുഖങ്ങളും 187
ചെറുകിട തുറമുഖങ്ങളുമുണ്ട്.

ശ്യമെങ്കിലും ബി ജെപിയുടേയും മറ്റും ശക്തമായ എതിർപ്പിനെ തുടർന്ന്
അത് നടന്നില്ല. അങ്ങനെയാണ് പ്രധാനമന്ത്രിസ്ഥാനം മൻമോഹൻസി
ങ്ങിലെത്തുന്നത്. നരസിംഹറാവുവിന്റെ കാലിലൂടെ കടന്നുവന്ന പന്ത്
സോണിയാഗാന്ധിയുടെ ഒരു ചെറിയ തട്ടൽകൊണ്ട് അധികാരത്തിന്റെ
ഗോൾപോസ്റ്റിലെത്തി എന്നു മാത്രം. താൻ തന്നെ തുടങ്ങിവെച്ച സാമ്പ
ത്തികനയങ്ങൾ അതേ രീതിയിൽ മുന്നോട്ടുകൊണ്ടുപോവുക എന്നതാണ്
സിങ് പ്രധാനമായി ചെയ്തത്. അമേരിക്കയുമായി ചേർന്ന് നടപ്പാക്കുന്ന
സിവിലിയൻ ആണവകരാറടക്കമുള്ള നയങ്ങൾ മൻമോഹന്റെ സ്വന്തം
നേട്ടമായി വിലയിരുത്തപ്പെടുകയും ചെയ്യുന്നു. പക്ഷേ, ആ കരാറിൽ
ആദ്യം ഒപ്പിടാതെയിരുന്നതിനുള്ള ഒരേയൊരു കാരണം ഇടതുപക്ഷ
ത്തിന്റെ ശക്തമായ എതിർപ്പ് മാത്രമാണ്. ഇടതുപക്ഷത്തിന്റെ
സാന്നിധ്യം ഒന്നുകൊണ്ടുമാത്രമായിരുന്നു മൻമോഹൻസിങ് മന്ത്രിസഭ
കൂടുതൽ ജനദ്രോഹപരമായ നടപടികളിലേക്ക് വഴുതിവീഴാഞ്ഞത് എന്ന്
വിലയിരുത്താവുന്നതാണ്. പക്ഷെ ആണവക്കരാറിനോടുള്ള മൻമോ
ഹന്റെ ഭ്രാന്തമായ അഭിനിവേശം മറ്റെല്ലാറ്റിലും വലുതായിരുന്നു. ജോർജ്
ബുഷിന് ദാസ്യവൃത്തി ചെയ്യാൻ മൻമോഹൻ ഉറച്ചു തീരുമാനിച്ചതിനെ
ത്തുടർന്ന് ഇടതുകക്ഷികൾ ഈ മന്ത്രിഭയ്ക്കുള്ള പിന്തുണ പിൻവലി
ക്കുകയായിരുന്നു.

ഇന്ത്യയും ലോകരാജ്യങ്ങളും : സ്വാതന്ത്ര്യം ലഭിച്ചതിനുശേഷം
ഇന്ത്യ ലോകത്തിലെ മിക്ക രാജ്യങ്ങളുമായും നല്ല ബന്ധം സ്ഥാപിച്ചിരു
ന്നു. പാകിസ്ഥാനുമായാണ് അന്നു തൊട്ട് ഇന്നും കൃത്യമായി പരിഹരി
ക്കപ്പെട്ടിട്ടില്ലാത്ത രീതിയിൽ അസ്വാരസ്യം നിലനിൽക്കുന്നത്. കശ്മീരു
മായി ബന്ധപ്പെട്ടതാണ് പാക്കിസ്ഥാനുമായുണ്ടായ മിക്ക പ്രശ്നങ്ങൾക്കും
പ്രധാനകാരണം.

ഇന്ത്യ അമേരിക്കയുമായും യു എസ് എസ് ആറുമായും നല്ല ബന്ധ ത്തിലായിരുന്നെങ്കിലും ഏതെങ്കിലും ഒരു പ്രത്യേക ചേരിയിൽ മാത്ര മായി ഉൾപ്പെട്ടില്ല. അതുകൊണ്ടുതന്നെ ചേരിചേരാപ്രസ്ഥാനത്തിന്റെ അമ രത്ത് പ്രവർത്തിക്കാനും നെഹ്റുവിന്റെ നേതൃത്വം മുൻകൈയെടുത്തു.

എത്യോപ്യാ, ടാൻസാനിയ, കെനിയ, ഉഗാണ്ട, അംഗോള, ബോത് സ്വാന, ലെസോതൊ, മലാവി, മൊസാംബിക്, നമീബിയ, സ്വാസിലാന്റ്, സാംബിയ, സിംബാബ്‌വെ തുടങ്ങിയ ഒട്ടുമിക്ക ആഫ്രിക്കൻ രാജ്യങ്ങളു മായും ഇന്ത്യ അടുത്ത ബന്ധം പുലർത്തിവരുന്നു.

ബ്രിട്ടനുമായും ഇന്ത്യയ്ക്ക് നല്ല ബന്ധമുണ്ടായിരുന്നു. ബ്രിട്ടീഷ് ഭരണം ഒഴിഞ്ഞപ്പോഴും ഇംഗ്ലീഷ് ഭാഷയും ക്രിക്കറ്റ് കളിയും ഇന്ത്യയുടെ ഭാഗമായി തുടർന്നു. അതുപോലെ ബ്രിട്ടനിൽ ഇന്ത്യൻ സംഗീതത്തിനും ഇന്ത്യൻ ഭക്ഷണത്തിനും ഇപ്പോഴും പ്രിയമേറെയാണ്. ഫ്രാൻസുമായും മികച്ചരീതിയിൽ തന്നെയുള്ള നയതന്ത്രബന്ധം ഇന്ത്യ നിലനിർത്തുന്നു. സൈനിക സാമ്പത്തിക രംഗങ്ങളിൽ ഇന്ത്യയുടെ ഒരു വലിയ പങ്കാളി യാണ് ഫ്രാൻസ്.

1985 ൽ രൂപീകൃതമായ സാർക് (South Asian Association for Regional Co-operation)എന്ന കൂട്ടായ്മ ദക്ഷിണേഷ്യയിലെ രാജ്യങ്ങ ളുടെ പരസ്പര സഹായ സഹകരണത്തിന് വളരെയേറെ പ്രയോജന പ്പെട്ടു. ഇന്ത്യയ്ക്കു പുറമേ അഫ്ഗാനിസ്ഥാൻ, ബംഗ്ലാദേശ്, ഭൂട്ടാൻ, മാലി ദ്വീപ്, നേപ്പാൾ, പാകിസ്ഥാൻ, ശ്രീലങ്ക എന്നിവയും സാർക്കിലെ അംഗ രാജ്യങ്ങളാണ്. കൃഷി, ഗ്രാമവികസനം, ശാസ്ത്ര-സാങ്കേതികവിദ്യ, സംസ്കാരം, ആരോഗ്യം, ജനസംഖ്യാനിയന്ത്രണം, മയക്കുമരുന്നിന്റെ നിയന്ത്രണം, തീവ്രവാദ വിരുദ്ധ പ്രവർത്തനങ്ങൾ തുടങ്ങിയവയിലെ പര സ്പര സഹകരണമാണ് സാർക്ക് രാജ്യങ്ങളുടെ പ്രധാനലക്ഷ്യം.

1962 ലെ യുദ്ധവും കശ്മീർ, അരുണാചൽപ്രദേശ് എന്നിവയെച്ചൊ ല്ലിയുള്ള വിവാദങ്ങളും ഇന്ത്യ–ചൈന ബന്ധത്തിൽ ഒട്ടേറെ പ്രശ്നങ്ങൾ ഉണ്ടാക്കിയിരുന്നെങ്കിലും 1988 മുതൽ ആ ബന്ധത്തിന് ശക്തിയേറി വരി കയാണ്. 2008 ന്റെ തുടക്കത്തിൽ മൻമോഹൻസിങ് നടത്തിയ ചൈന സന്ദർശനത്തിൽ പല മേഖലകളിലെയും സഹകരണത്തിന് ഇരു രാജ്യ ങ്ങളും സംയുക്തമായി തീരുമാനിച്ചു.

ആദ്യകാലത്തൊക്കെ ഒട്ടേറെ വിള്ളലുകളുണ്ടായിരുന്നെങ്കിലും ഇന്ത്യ ഇന്ന് അമേരിക്കയുമായി ആഴമേറിയ ബന്ധമാണ് സ്ഥാപിച്ചിരിക്കുന്നത്. ശീതയുദ്ധകാലത്ത് ഇന്ത്യ ഒരു ചേരിയിലുമുണ്ടായിരുന്നില്ലെങ്കിലും സോവിയറ്റ് യൂണിയനോടാണ് പല കാര്യങ്ങളിലും സഹകരണം ഉണ്ടാ ക്കിയിരുന്നത്. പൊഖ്‌റാൻ രണ്ടിനു ശേഷം അമേരിക്ക ഇന്ത്യക്കെതിരെ സാമ്പത്തിക ഉപരോധം അടക്കമുള്ള നടപടികൾ സ്വീകരിച്ചിരുന്നു. പക്ഷേ വലിയ ഒരു ഉപഭോക്തൃസമൂഹമുള്ള ഇന്ത്യയെപ്പോലുള്ള ഒരു രാജ്യത്തെ അമേരിക്കയ്ക്ക് പെട്ടെന്ന് വിട്ടുകളയാൻ പറ്റില്ലായിരുന്നു. ഇന്ത്യ

പ്രതിരോധം

ഓരോ വർഷവും ഏതാണ്ട് തൊണ്ണൂറായിരം കോടി ഡോളറാണ് നമ്മൾ പ്രതിരോധമേഖലയിൽ ചെലവിടുന്നത്! വലിപ്പത്തിൽ ലോകത്തിൽ മൂന്നാം സ്ഥാനമാണ് നമ്മുടെ സായുധസൈന്യത്തിന്. ഇനിയുമേറെയുണ്ട് പ്രതി രോധരംഗത്തെ നമ്മുടെ വിശേഷങ്ങൾ.

രാജ്യത്തിനുനേരെയുള്ള കടന്നുകയറ്റങ്ങൾ ചെറുക്കുക, രാജ്യത്തിനകത്ത് സമാധാനം പുലർത്തുക, ദുരന്തമുഖങ്ങളിൽ ജനതയുടെ ആശ്രയമാകുക –മറ്റേതു രാജ്യത്തെയും പോലെ ഇന്ത്യയും പ്രതിരോധരംഗം കൊണ്ട് ഉദ്ദേ ശിക്കുന്നത്, ചുരുക്കത്തിൽ ഇതൊക്കെതന്നെയാണ്. ലോകത്തെ മികച്ച ഏതു സൈനികശക്തിയോടും കിടപിടിക്കാവുന്നതാണ് ഇന്ത്യൻസേന. കര, വ്യോമ, നാവികസേനകളായി ഇന്ത്യൻ സൈന്യത്തെ തിരിച്ചിരിക്കു ന്നു. രാഷ്ട്രപതിയാണ് സർവസൈന്യാധിപൻ. ദേശീയ പ്രതിരോധത്തിന്റെ ഉത്തരവാദിത്തം ക്യാബിനറ്റിലാണ് നിക്ഷിപതമായിരിക്കുന്നത്. പ്രതി രോധമന്ത്രാലയമാണ് (Ministry of Defence) ഇത് നിറവേറ്റുന്നത്. പ്രതി രോധമന്ത്രി ഈ വകുപ്പിന് നേതൃത്വം നൽകുന്നു. പ്രതിരോധ വകുപ്പ് (Department of Defence), പ്രതിരോധസാമഗ്രി നിർമാണവകുപ്പ് (Department of Defence Production), പ്രതിരോധ ഗവേഷണ വികസന വകുപ്പ് (Department of Defence Research and Development), വിമുക്തഭട ക്ഷേമ വകുപ്പ് (Department of Ex-servicemen Welfare) എന്നീ നാലു വകുപ്പുകൾ ചേർന്നതാണ് പ്രതിരോധമന്ത്രാലയം. കരസേന, നാവികസേ ന, വ്യോമസേന, പാരാമിലിറ്ററി ഫോഴ്സുകൾ എന്നിവ ഇന്ത്യൻസൈന്യ ത്തിന് കരുത്തേകുന്നു.

കരസേന (Army)

വലിപ്പത്തിൽ ലോകത്തിൽ രണ്ടാം സ്ഥാനമാണ് ഇന്ത്യയുടെ കരസേന യ്ക്കുള്ളത്. പ്രധാനമായും അതിർത്തികൾ സംരക്ഷിക്കുന്നതിനാണ് കര സേന നിയോഗിക്കപ്പെടുന്നത്. ആഭ്യന്തര സമാധാനത്തിനും കരസേനയുടെ സേവനം ഉപയോഗപ്പെടുത്തുന്നു. ഏതാണ്ട് 25 ലക്ഷം പേർ ഇന്ത്യൻ ആർമി യിൽ പ്രവർത്തിക്കുന്നുണ്ട്.

നാവികസേന (Navy)

ഇന്ത്യയുടെ സമ്പദ്ഘടനയും അതുവഴി വികസനവും സമുദ്രവുമായി ഏറെ ബന്ധപ്പെട്ടുകിടക്കുന്നു. ലോകത്തെ പ്രധാന സമുദ്രപാതകൾക്കരികിലാണ് ഇന്ത്യയുടെ സ്ഥാനം. 7516 കി മി നീളുന്ന തീരപ്രദേശമാണ് നമുക്കുള്ളത്. അതുകൊണ്ടുതന്നെ ഈ മേഖലയുടെ പ്രതിരോധവും സംരക്ഷണവും ഏറെ പ്രധാനപ്പെട്ടതാണ്. നാവികസേനയ്ക്കാണ് ആ ചുമതല. വലിപ്പ ത്തിൽ ലോകത്തിൽ ഏഴാം സ്ഥാനമാണ് ഇന്ത്യൻ നാവികസേനയ്ക്കുള്ള ത്. മുംബൈ ആസ്ഥാനമായുള്ള വെസ്റ്റേൺ കമാൻഡ്, കൊച്ചി ആസ്ഥാ നമായുള്ള സതേൺ കമാൻഡ്, വിശാഖപട്ടണം ആസ്ഥാനമായുള്ള ഈസ്റ്റേൺ കമാൻഡ് എന്നിങ്ങനെ മൂന്നു കമാൻഡുകൾ ഇന്ത്യൻ നാവി കസേനയ്ക്കുണ്ട്. കർണാടകത്തിലെ കാർവാറിലെ സീ ബേർഡ് (Sea

Bird) ആണ് ഇന്ത്യയിലെ ഏറ്റവും വലിയ നേവൽ ബേസ്. മുംബൈ, വിശാഖപട്ടണം, കൊച്ചി എന്നിവ മേജർ നേവൽ ബേസുകളും ചെന്നൈ, കൊൽക്കത്ത, ചിൽക്ക, ലോണാവ്‌ല, ജാംനഗർ എന്നിവ മൈനർ നേവൽ ബേസുകളുമാണ്. ഗോവ, ആർക്കോണം എന്നിവ മേജർ നേവൽ എയർബേസുകളാണ്. വിശാഖപട്ടണം, പോർട്ട്ബ്ളെയർ, കാർനിക്കോബാർ എന്നിവ മൈനർ നേവൽ എയർ ബേസുകളാണ്.

വ്യോമസേന (Airforce)

വലിപ്പത്തിൽ ലോകത്തിൽ മൂന്നാംസ്ഥാനമാണ് ഇന്ത്യൻ വ്യോമസേനയ്ക്കു ള്ളത്. അറുനൂറിലധികം യുദ്ധവിമാനങ്ങളും അഞ്ഞൂറിലധികം മറ്റുവിമാന ങ്ങളും ഹെലികോപ്റ്ററുകളും ഇന്ത്യൻ വ്യോമസേനയ്ക്ക് സ്വന്തമായുണ്ട്. അഞ്ച് റീജിയണൽ കമാൻഡുകളും രണ്ട് ഫങ്ഷണൽ കമാൻഡുക ളുമുൾപ്പെടെ ഏഴ് കമാൻഡുകളാണ് നമ്മുടെ വ്യോമസേനയ്ക്കുള്ളത്. ന്യൂഡൽഹി ആസ്ഥാനമായ വെസ്റ്റേൺ എയർ കമാൻഡ്, ഗുജറാത്തിലെ ഗാന്ധിനഗർ ആസ്ഥാനമായ സൗത്ത് വെസ്റ്റേൺ എയർ കമാന്റ്, മേഘാ ലയയിലെ ഷില്ലോങ് ആസ്ഥാനമായ ഈസ്റ്റേൺ എയർകമാന്റ്, ഉത്തർപ്ര ദേശിലെ അലഹബാദ് ആസ്ഥാനമായ സെൻട്രൽ എയർ കമാന്റ്, തിരുവ നന്തപുരം ആസ്ഥാനമായ സതേൺ എയർകമാൻഡ് എന്നിവയാണ് റീജണൽ കമാൻഡുകൾ. ബാംഗ്ലൂരിലെ ട്രെയിനിങ് കമാൻഡ്, നാഗ്പൂ രിലെ മെയിന്റനൻസ് കമാന്റ് എന്നിവയാണ് ഫങ്ഷണൽ കമാന്റുകൾ.

പാരാമിലിറ്ററി ഫോഴ്സുകൾ

ആസാം റൈഫിൾസ്, ടെറിട്ടോറിയൽ ആർമി, ഇൻഡോ ടിബറ്റൺ ബോർഡർ പൊലീസ്, സെൻട്രൽ ഇൻഡസ്ട്രിയൽ സെക്യൂരിറ്റിഫോഴ്സ്, സെൻട്രൽ റിസർവ് പൊലീസ് ഫോഴ്സ് (CRPF) കോസ്റ്റ്ഗാർഡ്, ബോർഡർ സെക്യൂരിറ്റി ഫോഴ്സ് (BSF), നാഷണൽ കേഡറ്റ് കോർപ്സ് (NCC) തുടങ്ങിയവയൊക്കെ ചേർന്നതാണ് നമ്മുടെ പാരാമിലിറ്ററി ഫോഴ്സുകൾ. 1835ൽ രൂപംകൊണ്ട ആസാം റൈഫിൾസാണ് ഇന്ത്യയിലെ ഏറ്റവും പഴക്കമുള്ള പാരാമിലിറ്ററി ഫോഴ്സ്.

പ്രതിരോധ സ്ഥാപനങ്ങൾ

ഇന്ത്യൻ സൈന്യത്തെ ശക്തവും സുസജ്ജവുമായി നിലനിർത്തുന്നതിൽ നിർണായക പങ്കുവഹിക്കുന്ന നിരവധി സ്ഥാപനങ്ങൾ പ്രതിരോധമേഖല യിൽ പ്രവർത്തിക്കുന്നുണ്ട്. ആയുധങ്ങൾ, വിമാനങ്ങൾ, വിവിധ നിരീക്ഷണ ഇലക്ട്രോണിക് ഉപകരണങ്ങൾ, യുദ്ധക്കപ്പലുകൾ, പാലങ്ങൾ തുടങ്ങിയ വയുടെ നിർമ്മാണവും ഗവേഷണവുമാണ് ഈ സ്ഥാപനങ്ങൾ നിർവഹി ക്കുന്നത്. ഡിഫൻസ് റിസർച്ച് ആൻഡ് ഡവലപ്മെന്റ് ഓർഗനൈസേഷൻ (DRDO), ഹിന്ദുസ്ഥാൻ എയ്റോനോട്ടിക്സ് ലിമിറ്റഡ് (HAL), ഭാരത് ഇല ക്ട്രോണിക്സ് ലിമിറ്റഡ് (BEL), ഭാരത് എർത്ത് മൂവേഴ്സ് ലിമിറ്റഡ് (BEML), ഗാർഡൻറീച്ച് ഷിപ് ബിൽഡേഴ്സ് ആന്റ് എഞ്ചിനീയേഴ്സ് ലിമി റ്റഡ് (GRSE), ഗോവ ഷിപ്‌യാഡ് ലിമിറ്റഡ് (GSL), ഭാരത് ഡൈനമിക്സ്

ലിമിറ്റഡ് (BDL), മിഷ്ര ദത്തു നിഗം ലിമിറ്റഡ് (MIDHANI) എന്നിവ അവയിൽ പ്രമുഖങ്ങളാണ്.

ചില വിശേഷങ്ങൾ

ഇന്ത്യൻ പ്രതിരോധരംഗവുമായി ബന്ധപ്പെട്ട ചില അറിവുകൾ ഒറ്റനോട്ടത്തിൽ

സേനയിലെ റാങ്കുകൾ

(ഉയർന്നതിൽ നിന്ന് താഴേക്ക്)

കരസേന	നാവികസേന	വ്യോമസേന
ജനറൽ	അഡ്മിറൽ	എയർ ചീഫ്മാർഷൽ
ലഫ്റ്റനന്റ് ജനറൽ	വൈസ് അഡ്മിറൽ	എയർമാർഷൽ
മേജർ ജനറൽ	റിയർ അഡ്മിറൽ	എയർ വൈസ്മാർഷൽ
ബ്രിഗേഡിയർ	കോമഡോർ	എയർ കോമഡോർ
കേണൽ	ക്യാപ്റ്റൻ	ഗ്രൂപ്പ് ക്യാപ്റ്റൻ
ലഫ്റ്റനന്റ് കേണൽ	കമാൻഡർ	വിങ് കമാൻഡർ
മേജർ	ലഫ്റ്റനന്റ് കമാൻഡർ	സ്ക്വാഡ്രൺ ലീഡർ
ക്യാപ്റ്റൻ	ലഫ്റ്റനന്റ്	ഫ്ളൈറ്റ് ലഫ്റ്റനന്റ്
ലഫ്റ്റനന്റ്	സബ്ലഫ്റ്റനന്റ്	ഫ്ലയിങ് ഓഫീസർ

ഓർക്കാൻ ഈ ദിനങ്ങൾ

ജനുവരി 15	–	കരസേനാ ദിനം
മാർച്ച് 4	–	ദേശീയ സുരക്ഷാദിനം
ജൂലൈ 26	–	കാർഗിൽ വിജയദിനം
ഒക്ടോബർ 8	–	വ്യോമസേനാദിനം
ഡിസംബർ 4	–	നാവികസേനാദിനം
ഡിസംബർ 7	–	ആംഡ് ഫോഴ്സ് പതാകദിനം

ചില ഇന്ത്യൻ മിസൈലുകൾ

പൃഥ്വി, ആകാശ്, നാഗ്, അഗ്നി, പിചോറ, ത്രിശൂൽ, PJ10, സാഗരിക, ബ്രഹ്മോസ്.

നമ്മുടെ യുദ്ധക്കപ്പലുകൾ

ഐ എൻ എസ് വിക്രാന്ത്, ഐ എൻ എസ് വിരാട്, ഐ എൻ എസ് ശൽക്കി, ഐ എൻ എസ് ചക്ര, ഐ എൻ എസ് ബ്രഹ്മപുത്ര, ഐ എൻ എസ് ഡൽഹി, ഐ എൻ എസ് കുലീഷ്, ഖരിയാൽ, ഐ എൻ എസ് രൺവീർ, ഐ എൻ എസ് മൈസൂർ, ഐ എൻ എസ് ശിവാലിക്, ഐ എൻ എസ് തൽവാർ, ഐ എൻ എസ് സിന്ധുവീർ, ഐ എൻ എസ് സിന്ധുശസ്ത്ര (ഐ എൻ എസ് വിക്രാന്ത് 1997 ജനുവരി 31ന് പിൻവലിച്ചു).

കാലങ്ങളായി സ്വീകരിച്ചുപോന്നിരുന്ന വിദേശനയത്തിൽ നിന്നുള്ള വ്യതി ചലനത്തിന് ഇത് വഴിയൊരുക്കുന്നു. ഇന്നത്തെ സർക്കാർ അമേരിക്കൻ ചേരിയിലേക്ക് രാജ്യത്തെ എത്തിക്കുന്നതായി നിരീക്ഷകർ വിലയിരുത്തുന്നു. ഇപ്പോൾ ഏറ്റവും പുതിയതായി ആണവകരാർ എങ്ങനെയെങ്കിലും അംഗീകരിപ്പിച്ചു കിട്ടുക എന്നതായിരുന്നു അമേരിക്കയുടെ ലക്ഷ്യം. അത് വളരെ കൃത്യമായി അമേരിക്കക്കാരൻ വിചാരിച്ച അതേ രീതിയിൽ നട ന്നുകിട്ടുകയും ചെയ്തു.

പ്രധാന പ്രതിരോധ സ്ഥാപനങ്ങൾ	
നാഷണൽ ഡിഫൻസ് അക്കാദമി	ഖഡക്‌വാസ്ല
ഇന്ത്യൻ മിലിറ്ററി അക്കാദമി	ഡെറാഡൂൺ
നാഷണൽ ഡിഫൻസ് കോളേജ്	ന്യൂഡൽഹി
എയർഫോഴ്സ് അക്കാദമി	ഹൈദരാബാദ്
കരസേനാ മേധാവി	ജന. ദീപക് കപൂർ
നാവികസേന	അഡ്. സുരീഷ്മേത്ത
വ്യോമസേന	ഫാലിഹോമി മേജർ